श्याम मनोहर : मौखिक आणि लिखित

संपादक
चंद्रकान्त पाटील

पॉप्युलर प्रकाशन, मुंबई

श्याम मनोहर : मौखिक आणि लिखित
पॉप्युलर प्रकाशन (म १२६८)
ISBN : 978-81-7185-418-9

SHYAM MANOHAR :
MAUKHIK AANI LIKHIT
(Marathi : Criticism)
Edited by : Chandrakant Patil

दूरध्वनी : (०२०) २४२२४६०२

पहिली आवृत्ती : २०१५/१९३७

मुखपृष्ठ : मंगेश कस्तुरे

हर्ष भटकळ
पॉप्युलर प्रकाशन प्रा. लि.
३०१, महालक्ष्मी चेंबर्स
२२, भुलाभाई देसाई रोड
मुंबई ४०००२६

अक्षरजुळणी
विवेक देशमुख
वरद कॉम्प्युटर्स, सारा वैभव,
जटवाडा रोड, औरंगाबाद.

प्रस्तावना

श्याम मनोहर यांना महाराष्ट्र फाउंडेशनचा साहित्यासाठी दिला जाणारा जीवनगौरव पुरस्कार जाहीर झाला तेव्हा मला असे वाटले की त्यांनी त्यांची फिक्शनविषयक धारणा एखादा लेख लिहून स्पष्ट करावी. खरे तर त्यांचे फिक्शनविषयक चिंतन त्यांच्या फिक्शनमधून वेळोवेळी आलेलेच आहे. तरी पण एखाद्या स्वतंत्र लेखाद्वारे नव्याने ते वाचकांसमोर येणे आवश्यक वाटले. त्यानुसार श्याम मनोहर यांनी एक लेख लिहिला व तो 'लोकसत्ता'च्या रविवार पुरवणीत छापून आला. नंतर जीवनगौरवच्याच निमित्ताने 'साधना'च्या संपादकांनी श्याम मनोहर यांची एक मुलाखत छापावयाचे ठरवले. त्याप्रमाणे ती मुलाखत सुनील तांबे यांनी घेतली आणि ती छापली गेली. जेव्हा जीवनगौरव पुरस्काराचा कार्यक्रम झाला तेव्हा उत्तरादाखल श्याम मनोहर यांनी केलेल्या भाषणास लोकांनी भरपूर प्रतिसाद दिला. वरील तीनही गोष्टी एकत्र छापून त्यांची एक स्वतंत्र पुस्तिका करावी असा विचार माझ्या मनात आला. हा विचार चालू असतानाच असे लक्षात आले की आतापर्यंत मिळालेल्या वेगवेगळ्या पुरस्कारांच्या वेळी श्याम मनोहर केवळ औपचारिक भाषण न करता साहित्य आणि संस्कृती याविषयी छोटेसे भाषण करतात किंवा टिपण वाचतात. तर अशा सर्व गोष्टींचे एक पुस्तकच करावे असा विचार बळावत चालला. श्याम मनोहर फिक्शनबाहेर आणि नाटकांबाहेर काही लिहिण्यात रुची घेत नाहीत. तरीपण गेल्या काही वर्षांत त्यांनी

अधूनमधून फिक्शनबाहेरही काही लिखाण केले आहे व ते प्रसिद्धही झालेले आहे. तेही या पुस्तकात समाविष्ट करावे असे ठरले. शिवाय 'साधने'त छापून आलेली त्यांची मुलाखतही पुस्तकात घेता येईल असे वाटले. यामुळेच या पुस्तकाचे नाव 'श्याम मनोहर : मौखिक आणि लिखित' असे देण्यात आलेले आहे. असे एकूण या पुस्तकाचे स्वरूप आहे.

या पुस्तकात आणि श्याम मनोहरांच्या सर्व पुस्तकांत काही शब्द व संकल्पना वरचेवर येत राहतात व श्याम मनोहर त्या संकल्पना विकसित करू पाहतात. त्यांची नोंद सर्वसाधारणपणे अशी : सभ्यता, संस्कृती, धर्म, अध्यात्म, शोध घेणे, पुनर्शोध, ज्ञात, अज्ञात, ज्ञान म्हणजे काय, फिक्शनचे स्वरूप व गुणधर्म, जगणे आणि जीवन, जीवनाचा अर्थ, विवेकवाद आणि अंत:करणवाद, धननिर्देश आणि ऋणनिर्देश, वाचनसंस्कृती, वर्तमान समाजाची स्थिती आणि बदल इत्यादी. हेच शब्द मुखपृष्ठावर असावेत असेही ठरले.

या पुस्तकात आलेले श्याम मनोहर यांचे सर्व मुद्दे हे केवळ साहित्याच्या क्षेत्रापुरतेच मर्यादित नसून जीवनाच्या सर्वच क्षेत्रांना लागू होणारे आहेत. त्यादृष्टीने हे छोटेखानी पुस्तक समाजातल्या सर्वच लोकांना सारखेच विचारार्ह वाटावे.

आणखी एक : ही भाषणे व लेख हे वेगवेगळ्या वेळी, वेगवेगळ्या प्रसंगी लिहिलेले असल्यामुळे त्यात काही मुद्द्यांची पुनरुक्ती झालेली आढळून येईल. तरी त्यांचे संदर्भ वेगवेगळे आहेत हेही लक्षात येईलच.

अखेरीस, हे पुस्तक प्रसिद्ध होण्यात ज्यांची मदत झाली त्यात सुनील तांबे, राम जगताप, अंजली कुलकर्णी, रामदास भटकळ, हर्ष भटकळ, अस्मिता मोहिते आणि विवेक देशमुख यांचे विशेष आभार. तसेच या पुस्तकातील भाषणांची, टिपणांची, लेखांची, मुलाखतीची प्रसिद्धी ज्यात झाली त्या 'प्रतिष्ठान', 'प्रिय रसिक', 'युगवाणी', 'नवअनुष्टुभ', 'लोकमत', 'आपले वाङ्मय वृत्त', 'साधना', 'रुची', 'दर्शन', 'ललित', 'लोकसत्ता', 'लोकराज्य', 'काव्यदीप' आणि दैनिक 'मी मराठी Live' च्या संपादक - प्रकाशकांचेही मन:पूर्वक आभार.

एवढेच या प्रसंगी.

- चंद्रकान्त पाटील

अनुक्रम

मौखिक

लिखित

मौखिक

‘गंगाधर गाडगीळ’ पारितोषिक स्वीकारल्यानंतर केलेले भाषण

अध्यक्ष माननीय राम शेवाळकर, ज्येष्ठ साहित्यिक गंगाधर गाडगीळ, मित्रवर्य रामदास भटकळ, डॉक्टर सुधीर रसाळ, डॉक्टर प्रभा गणोरकर, डॉक्टर सुधा जोशी, वासंती गाडगीळ प्रतिष्ठानचे पदाधिकारी आणि उपस्थित सुजनहो,

ह्या प्रसंगी माझ्या लिखाणावरून व माझ्याबद्दल थोडेफार बोलण्याचे ठरवले आहे. माझ्या लिखाणाबद्दल व माझ्याबद्दल जाहीरपणे बोलायचा हा पहिला प्रसंग आहे.

स्वत:बद्दल वा स्वत:च्या कर्तृत्वाबद्दल जाहीरपणे बोलायचा प्रसंग अन्याय झाल्यावर येतो. मानसिक संतुलन बिघडल्यावरही माणूस स्वत:बद्दल आणि स्वत:च्या कर्तृत्वाबद्दल बोलतो. ते सोडून देतो. आणि सुरुवात करायची झाली तर, भर्कन् सुचणारा मुद्दा सांगायचा झाला तर, जगताना काही शब्द कानावर पडतात, ते असे - अध्यात्म, समाजसुधारणा, इंजिनिअर होणे, डॉक्टर होणे, सायन्स करणे, पॉलिटिक्स, अमेरिकेला जाणे.

इंजिनिअर वा डॉक्टर असे काही घडले, न घडले, अमेरिकेला जाणे घडले न घडले, तरी भागत नाही. अध्यात्म, समाजसुधारणा हे दोन शब्द उरतातच. महाराष्ट्रात आणखी एक शब्द प्रौढपणी कानावर येतो. तो शब्द म्हणजे विचारवंत.

विचारवंतपणा न होता बोलायची मी कोशिश करतो.

अध्यात्म आणि समाजसुधारणा ह्यांचे अर्थ पुस्तकांतून पाह्यले, सभांतून ऐकले त्यापेक्षा माणसामाणसांच्या बोलण्यातनं जास्त ऐकले.

अध्यात्म ह्याचा अर्थ बोलताना अगदी साधी माणसेही विकार व वासना ह्या दोन गोष्टींबद्दल बोलतात. षड्रिपू असेच म्हणतात ना-

माझ्यातल्या विकारांची जाणीव मला जगताना अगदी लौकर झाली. मत्सरी असू नये - असे थाटात सांगितले जाते. लोभी असू नये असे जोरात सांगितले जाते. मत्सर घालवायचा कसा? असा मला प्रश्न पडला. लोभ घालवायचा कसा? किती प्रमाणातला मत्सर समाजात संमत आहे? किती प्रमाणातल्या लोभाला परवानगी आहे? किती लोभी व्हायला गरिबाला परवानगी आहे? पांढरपेशाला किती नि श्रीमंताला किती? मास्तरला किती? मॅनेजरला किती? मालकाला किती? महात्म्याला किती? कुणी किती लोभी असायचे? हे समाजात काही आहे काय? असे प्रश्न तयार व्हायचे. मत्सर, लोभ इत्यादी विकारांचे मी काय करतो? विकार माझे काय करतात? विकारांचे इतरजण काय करतात? विकार माणसाचे काय करतो? मत्सर दिसतो कसा? अशा प्रश्नांच्या उत्तरांसाठी मी माझ्यात पाह्यले, आणि इतरांच्यात पाहिले. अशा प्रश्नांच्या मांडणीसाठीच केवळ नाही, तर पूर्ण मत्सर जाऊ शकेल काय? ह्याच्या उत्तरासाठीही असे माझे लिखाण सुरू झाले आहे. पूर्ण मत्सर गेलेला माणूस लोकांना आवडेल. काम पूर्ण गेला तर? माझ्यातला काम पूर्ण गेला तर मला आवडेल? कुणाला आवडेल? काम पूर्ण गेलेला माणूस समाजाला आवडेल? बिनकामी माणसाला समाजात काय म्हणतात? असे प्रश्नही होतात ना? अशा प्रश्नांतून मला विनोद सापडले आणि मी समाजाकडेही आलो. कामभावनेविषयी समाजसुधारक विचार मांडतात, मत्सराविषयी इतका ऊहापोह चालत नाही. जगण्यात कितीतरी ठिकाणी मत्सर, सूड अशांचा खेळ दिसतोय! विकार उघड होण्याची प्रक्रिया माणसांच्या संबंधांतून दिसते. असा मी माणसांच्या संबंधांकडे येतो. वाईट स्वभावाच्या माणसाला सोडून का द्यायचे इथपर्यंत प्रश्न मी घेतो.

अध्यात्म ही एक स्वतंत्र प्रेरणा आहे. तिचा विकारांशी सरळ संबंध नाही. विकारांना ताब्यात ठेवून सामाजिक सांस्कृतिक जीवनात काम करण्याला एक पाया म्हणून नैतिकता ह्याचा शोध घेणारे भालचंद्र नेमाडे हे सर्जनशील प्रवासातले मला एकमेव सहयात्री वाटतात.

विकार असूनही एखादा थोर गायक होऊ शकतो. मानसिक रोगी चित्रकारही असू शकतो. कित्येक श्रेष्ठ शास्त्रज्ञ विकारी असलेले दिसते. विकार आणि साक्षात्कार हा मुद्दा मी विचारात घेतोय, तसेच विकार आणि जडजगातली निर्मिती ह्याविषयी गेली सात-आठ वर्षे मी पाहतोय. शिवाय आपल्या समाजात समृद्ध आणि संपन्न व्हायची धडपड आणि आकांक्षा निर्माण झालेली दिसते. सांस्कृतिकदृष्ट्या संपन्न व्हायची आकांक्षा किंवा धडपड

कितपत आहे? आपल्या समाजाच्या सांस्कृतिक गरजा कोणत्या आहेत? किती तीव्र आहेत? एखाद्या गणिततज्ज्ञाचे आपल्या समाजात काय स्थान आहे? थोर किंवा श्रेष्ठ ह्याविषयी आपल्या समाजात काय समज आहे? आपला वाचक कसा आहे? कवी कसा आहे? शास्त्रज्ञ कसा आहे? शिल्पकारांच्या शेजाऱ्याला शिल्पकलेत कितपत रस आहे? अशा अंगाने मी गेली पाचसात वर्षे लेखन करतोय. त्यावरून 'कळ' ह्या नावाची कादंबरी लिहिलीय. कळ म्हणजे वेदना, युक्ती, लावालावी इत्यादी.

ह्याच ओघात लिहिण्याच्या प्रक्रियेबद्दल काही बोलणे जमेल का पाहतो. माणसांचे वागणे मी फार तत्परपणे पाहतो. माणसाचे बोलणे मी फार तत्परपणे ऐकतो. माणसांशी मी हमरीतुमरीने बोलतो. माझी न् माणसाची बौद्धिक, भावनिक, वैचारिक पार फरपट होईल इतके बोलतो. एकही परामिती (पॅरामीटर) सोडू इच्छित नाही. माणसाशी बोलणे जुळले नाही तर मी मनात त्या माणसाशी बोलतो. एकही परामिती सोडायची नाही असा माझा पण असतो. एखादा प्रसंग घडून गेल्यावरही मी त्या प्रसंगात असंख्य परामिती घालून तो प्रसंग उलटापालटा, आडवा-तिडवा पाहतो. लिहिताना मला हजारो शंका येतात. आणि त्या लिहिणे ह्या प्रक्रियेविषयी जवळजवळ नसतातच. जगण्याबद्दलच असतात. आणि जगणे बघत बघतच माझे लेखन पुढे पुढे जाते. आपल्या लिखाणातून कुणाचीही बारीकशीही फसवणूक होऊ नये, अशी तीव्र जाणीव माझ्या डोक्यात पूर्ण जागी असते. त्या दिव्याच्या प्रकाशात माझे लेखन चालू राहते. अजूनपर्यंत न लिहिलेला एक प्रसंग सांगतो. लहानपणी दारिद्र्यात माझे कपडे घाण असायचे, मळके असायचे. एकदा एक श्रीमंत माणूस साठीतला - तेव्हा मला म्हणाला, "श्याम कपडे स्वच्छ घालावेत." मी १० वर्षांचा होतो. तेव्हा आलेले ओशाळलेपण मी अजून नीट पाहतो. आपण कुणाला काही बोलताना ओशाळलेपण त्याला येणार नाही, असे कसे बोलायचे? हे मी अजून पाहतो. नंतर तिशीत जे. कृष्णमूर्ती वाचताना त्यांचे एक वाक्य आहे, घरीही तुम्ही एकटे नुसते बसाल तेव्हाही नीट आणि स्वच्छ कपडे घालावेत. आता तर सैल आणि कसेबसे कपडे यांची फॅशनच आहे. शिवाय कपड्यांच्या दुकानातली एवढी सजावट आणि सगळ्यांना पुरेसे कपडे नाहीत. रस्त्यावर पाहावे, कितीजण कपड्यांच्यात पॉश आहेत? कितीजणांकडं आरोग्यशील अंथरुण-पांघरुणं असतात? पोस्टमन ते कलेक्टर यांचे वेषही पाहणे सुरू होते. गरिबांचे मळके, फाटके कपडे बघून पुन्हा प्रश्न होऊन मी १० वर्षांच्या अवस्थेत जातो. मनात काळाची अफरातफर होते. मनात काय काय राहते न् सुटते? हेही सुरू होते. श्याम, कपडे स्वच्छ घालावेत. त्या साठीतल्या श्रीमंत माणसाला समजत नाही का, की गरिबीत नीट राहता येईल? आर्थिक संपन्नता आल्यावर नीट राहता येते का? हे मी आता पाहतो. मग

नीट राहणे म्हणजे काय? हा प्रश्न. शरीर नीट ठेवणे हा मध्यवयानंतरचा प्रश्न. एखादा प्रश्न, लेखन, शास्त्र, तत्त्वज्ञान यातला शरीर, मन, वर्तणूक नीट ठेवून सोडवण्यासाठी धडपडता येईल? झोप उडणार, पोट बिघडणार, डोके ठिकाणावर नसणार मग एखाद्या प्रश्नासाठी धडपडता येईल. एकदा एक बाई पालकपाल्य या विषयावरनं सुशिक्षितपणे बोलत होत्या. "कसे हवेत तुमच्या मुलाचे नि तुमचे संबंध?" मी म्हटले. "मित्रत्वाचे सौहार्दाचे", बाई म्हणाल्या, "माझ्या मनात आले, तुमचा मुलगा बुद्ध होण्याच्या आधीचा गौतम आहे आणि तो म्हणाला, बायकापोरे सोडून सत्य शोधायला मी बाहेर पडणार, तर पालक त्याला मदत करतील? काय करतील?" आता मी त्या बाईला म्हटले की, तुमची एकुलती एक मुलगी तिने गौतमबुद्ध का नाही व्हायचे? की त्या बाईचा चेहरा कसा होईल? मी अगदी आठवतो - किंवा त्या श्रीमंत माणसाला विचारले की, गरिबीत कपडे स्वच्छ ठेवण्यासाठी काय करायला हवे? तो काहीतरी सांगेल? ते मनात जुळवायचे. मग आपण म्हणायचे, आता त्या श्रीमंत माणसाला काय बरे प्रश्न करावा? असे प्रश्न शोधण्यात मला रस येतो. आपला गुपचूप राहिलेला अडाणीपणा उघडा होईल असे प्रश्न करायचे आणि अडाणीपणा उघडा करण्याचे काम अतिशय नाजूक असते. ही नाजूकता पेलणे फार आव्हानाचे असते. ही नाजुकता पेलण्यासाठी विनोद लागतो किंवा काव्य लागते. मी गद्य लिहितो, भावभावना, विकार, विचार यांचे माणूस मी धरून काय करतोय किंवा भाव-भावना विकार, विचार हे माणसाचे पुन्हा मी त्यातच धरून काय करतात? हे मी पाहतोय. चांगल्या गद्यलेखकाला जगण्यातल्या अडाणीपणाला सारखे तोंड द्यावे लागते. चांगला गद्य लेखक भावभावना, विचार यांची चैन करू शकत नाही. चांगला गद्यलेखक रटाळ, कंटाळवाणे आयुष्य जगत असतो. उत्साही गद्यलेखक खोटी खोटी काव्यात्मता असणारी आणि मुळाचे मतलबात रूपांतर होणारी भाषा तयार करतो. उत्साही गद्यलेखक फरपटक्षेत्रात टिकू शकत नाही.

मी ज्या फरपटीचा उल्लेख करतोय, त्या फरपटीला पुरून उरणारे, माझ्याप्रमाणे कालानुसार माझ्या पिढीच्या अनेक मूलभूत लेखकांच्या सर्जनाच्या चक्रीवादळात सरळ उतरणारे आणि त्याचे बाह्यजगाशी नाते जोडून घट्ट करणारे माझ्या पिढीतले मोलाचे कवी आणि समीक्षक चंद्रकान्त पाटील यांचा इथे मी मुद्दाम उल्लेख करतो.

मराठी भाषेबद्दल मी एक निरीक्षण नोंदवू इच्छितो. मराठी माणूस फार स्वास्थ्यशील आहे. आणि फार भाषा वापरत नाही. अगदी साध्यासुध्या माणसांची भाषा मी खूप ऐकतो. अगदी आपोआप ऐकतो. माणसांच्या भाषेच्या कृत्रिम लकबी मात्र मी बिलकुल टिपत नाही. लकबी मला नकोच वाटतात. कुणाचेही बोलणे ऐकताना बोलणारा किती अर्थ भाषेत

घालतोय, कोणता अर्थ त्याला महत्त्वाचा वाटतोय आणि बोलणाऱ्याने कशा प्रकारची भाषा वापरून कोणता अर्थ गमावला इकडे माझे लक्ष असते. कोणता अर्थ येण्यासाठी वा काय अनर्थ होण्यासाठी काय भाषा वापरता येईल आणि त्याने जगणे कसे होते, हे तपासणे माझ्या अंगवळणी पडले आहे. भाषेत कोणते विकार कसे वावरतात हे मी पाहतो. मनात खूप वाक्यरचना करून मी मजा करतो. भाषेच्या अंगाने माणसाच्या जगण्यात शिरणं हा माझा आवडता खेळ आहे. या खेळाची सखोल जाणीव असलेले एकमेव प्रतिभाशाली दिग्दर्शक म्हणून सत्यदेव दुबे यांची मी या प्रसंगी नोंद करतो.

भाषेबद्दल मी मनात आपोआप खूप मजा करून पाहतो, तसे साहित्यरूपाबद्दल मी म्हणू शकणार नाही. साहित्यरूपाबद्दल मी अजूनही जाणीवपूर्वक विचार करू इच्छीत नाही. मी लिहायला सुरुवात केली तेव्हा मला कादंबरी, कथा अशा प्रकारे साहित्यरूपे म्हणून धड किंवा कच्चे काही माहीत नव्हते. वातावरणात साहित्याच्या रूपाबद्दल अजूनही काही ठोस आणि नाना दिशांचे काही नाही. नाटकांच्या रचनेबद्दल मराठी थिअरी कुठे आहे? कमीत कमी पात्रे, प्रसंग, मितभाषा, प्रतिमासृष्टी, अंतर्गत लय, अंगभूत सौंदर्य, स्वायत्त कलाकृती, संघटनतत्त्व वगैरे गोष्टी मनाच्या जवळपासही कधी फिरकल्या नाहीत. साहित्यरूपाबद्दल जाणतेपणी काहीही विचार माझा होत नाही. आसपास चिक्कार स्वस्थ लोक आहेत, ते मोठ्ठं मोठ्ठं बोलतात आणि विकारी असून गुडचे प्रदर्शन करून धडपडतात, आपल्याला संताप येतो, शोध घेणाऱ्या बुद्धीला धक्के बसतात. आपल्याला संतापही पाहायचा असतो. यातून साहित्यरूप सापडतेय ते लिहितोय.

लेखक म्हणून मला अडचणी येतात याबद्दलही काही बोलायला हवं. एक अडचण म्हणजे सगळी शक्ती लिखाणासाठी वापरता येत नाही. ही अडचण सर्व गंभीर लेखकांची आपल्याकडे आहे. दुसरी अडचण म्हणजे माणसाबद्दलचा डेटा मिळणं खूप अवघड होऊन बसतं. माणसाचा आर्थिक व्यवहार गुप्त असतोच, शिवाय माणूस भाव-भावनांचीही लपवालपवी करतोय आणि खोटं खोटं लिखाण व्हायची जबरदस्त भीती होते मग. डेटा हवाच, मग कल्पकतेनं संपूर्ण दर्शन घ्यायची उडी घेता येईल. डेटा असेल तर डिस्कव्हरी जमेल. डेटासाठी कल्पकता वापरणे पोरकट होते. कल्पकता डिस्कव्हरीसाठीच पणाला लावायची असते.

इतके दिवस मी लिहितोय. अगदी गुंग होऊन लिहितोय. अत्यंत महत्त्वाचे प्रश्न धरून थेट जगण्यातले पुरावे धुंडाळत, प्रसंगी विक्षिप्त वाटावे असेही लिहितोय. न थकता लिहितोय. सतत आणि सावकाश लिहितो. लेखकाची आणि लेखकातील व्यक्तीची आत्महननाची प्रक्रिया कशी सुरू होते, कशी पुढे सरकत जाते, याविषयी अत्यंत जागृत

राहून लिहितो आहे. हा पुरस्कार घेताना मी जागरूक आहे. एरवीही मला नम्र न होणे आणि उद्धटही न होणे आवडतच आलेले आहे. परीक्षकांना गंगाधर गाडगीळ पुरस्कारासाठी माझे लिखाण पुरस्कारयोग्य वाटले आणि यानिमित्ताने माझ्या लिखणाबद्दल पहिल्यांदा आणि जाहीरपणे बोलायची संधी मला उपलब्ध झाली, म्हणून मी वासंती गाडगीळ प्रतिष्ठान, ज्येष्ठ लेखक गंगाधर गाडगीळ, आचार्य राम शेवाळकर, डॉक्टर सुधीर रसाळ, डॉक्टर सुधा जोशी, डॉक्टर प्रभा गणोरकर, मित्रवर्य रामदास भटकळ, माझ्या सर्जनक्षमतेवर विश्वास व प्रेम असणारे संपादक राम पटवर्धन, कै. अनंत भालेराव, गोविंद तळवलकर, मंगेश पाडगावकर, राम कोलारकर, नामदेव ढसाळ, चंद्रकांत खोत, ग्रेस, मलिका अमरशेख, सतीश तांबे, बाळकृष्ण कवठेकर, विजय दिवाण, कुमार सप्तर्षी, सुमती लांडे, अनिल किणीकर, माझे संवेदनशील व सुजाण प्रकाशक श्री. पु. भागवत, बाबा भांड, रामदास भटकळ, प्रकाश रानडे, माझ्या नाट्यकृतीचे दिग्दर्शक सत्यदेव दुबे, विनायक पडवळ, चंद्रकांत कुलकर्णी, प्रभाकर वर्तक, अतुल पेठे, अरुण पाटील, माधव वझे, माझ्या साहित्याची हिंदी, गुजराती, उर्दू, कन्नड, रशियन ह्यांत अनुवाद करणारे अनेक अनुवादक, माझ्या साहित्याची समीक्षा करणारे अनेक समीक्षक, वाचक आणि उपस्थित सुजनांचे मनापासनं आभार मानतो आणि हा घाट संपवतो. धन्यवाद !

(१९९४)

आपटे वाचन मंदिर, इचलकरंजी : पुरस्काराच्या निमित्ताने....

वाङ्मयीन क्षेत्रात आणि इतर क्षेत्रातही महाराष्ट्रात खूप पुरस्कार झालेले आहेत. एका बाजूने पुरस्कारांबद्दल उत्साह आहे आणि दुसऱ्या बाजूने, खूप पुरस्कार आहेत म्हणून, जणू काही रोजच पुरस्काराची बातमी येतेय म्हणून, पुरस्काराविषयी विनोदी वातावरण आहे आणि ब्लॅक कॉमेडी अशीही होऊ शकते : दोन वेगवेगळे पुरस्कार आहेत. एक, अ ठिकाणचा, दुसरा, ब ठिकाणचा. त्याच साहित्यप्रकाराला. उदा. कादंबरीला. दोन्हीकडे परीक्षक तेच आहेत. अ ठिकाणचा पुरस्कार एका कादंबरीला दिला जातो, तर ब ठिकाणचा पुरस्कार दुसऱ्या कादंबरीला दिला जातो. तेच परीक्षक एका ठिकाणी एक कादंबरी सर्वोत्कृष्ट ठरवतात, दुसऱ्या ठिकाणी तेच परीक्षक दुसरी कादंबरी सर्वोत्कृष्ट ठरवतात. - अशी ब्लॅक कॉमेडी होऊ नये, उघडच आहे. वेगवेगळे परीक्षक वेगवेगळ्या कादंबऱ्या सर्वोत्कृष्ट ठरवू शकतील. त्यातून वेगळे वाङ्मयीन निकष तत्त्वज्ञानात्मकतेपर्यंत पोचले पाहिजेत. वाङ्मयीन तत्त्वज्ञानानुसार कादंबरीची घराणी निश्चित व्हायला हवीत.

पुरस्कारांबद्दल सर्वसाधारण नागरिकांना पुरेशी माहिती होत नाहीय. पुरस्कारप्राप्त पुस्तके काय आहेत, ती वाचली पाहिजेत, असे नागरिकांच्या मनात उमटत नाहीय. पुरस्कारप्राप्त पुस्तकांवर चर्चा होतेय, असे घडत नाहीय. पुरस्कार मिळाल्याबद्दल लेखकाला आनंद होतो, उत्साह येतो, ही गोष्ट घडतेय. हे कमी नाहीय, बिनमहत्त्वाचे आहे, असे नाही. अनेक विचारसरणींचे, अनेक थरांतले लेखक लिहीत आहेत. अनेक पुरस्कार असणे

स्वाभाविक आहे. पुरस्कारांमुळे साहित्याचे वातावरण थोडे थोडे बळ धरते आहे.

पुरस्कार देण्याच्या पद्धतीत पारदर्शकता आणता येऊ शकेल. परीक्षकांची नावे आधीच जाहीर व्हावीत. परीक्षकांनी पुरस्कारासाठी पुस्तके निवडताना जी चर्चा केली असेल, ती टेप केली जावी आणि प्रसिद्ध व्हावी. म्हणजे कोणकोणत्या पुस्तकांबद्दल चर्चा झाली, काय झाली, कोणते वाङ्मयीन निकष मांडले गेले, हे स्पष्ट होईल. ह्यावरून नंतर पुरस्कारप्राप्त पुस्तके आणि पुरस्कार न मिळालेली पुस्तके ह्यावर खुली चर्चा होऊ शकते. पुरस्कारसंस्कृतीत हा मोकळेपणा यायला हवा. म्हणजे पुरस्कारांना डौल प्राप्त होईल.

मराठी भाषिकात लिहिण्याची खूप हौस आहे. लिहायचे, अशी तीव्र इच्छा असलेले लेखक आहेत. लिहिलेच पाहिजे अशी निकड वाटणारे लेखक आहेत. लिहिण्याचे शास्त्र शोधले जात नाहीय, मांडले जात नाहीय. विद्यापीठातून किंवा महाविद्यालयातून सर्जनशील लेखन असा अभ्यासक्रम नाही. कादंबरीचे रूप किंवा घाट ह्यावर अनेक अंगाने मांडणी होत नाहीय. अमूक प्रकारची, अमूक आशयाची कादंबरी श्रेष्ठ असे मग पसरते. कादंबरी लेखनाचे नाना प्रकार असणार. अनेक घराणी असणार. त्या त्या घराण्यात श्रेष्ठ कादंबरी निर्माण होऊ शकते. तितक्या घराण्यांची समीक्षापद्धती निर्माण होणार. एकच काहीतरी सर्वांनी स्वीकारले पाहिजे - हे निर्मितीच्या क्षेत्रात बंधन होते.

जीवन क्षणभंगूर आहे, जीवन ॲब्सर्ड आहे, जीवनाला अर्थ आहे, जीवनाला अनेक अर्थ आहेत, जीवन सुंदर आहे... असे नाना शोध जीवनाच्या स्वरूपाबद्दल मांडले गेलेत. सृष्टी, काळ, सभ्यता, संस्कृती, वेगवेगळ्या व्यक्तींच्या वेगवेगळ्या स्थित्या, धडपडी... असा मोठा व्याप धुंडाळत जीवनाचे अंतर्गत स्वरूप शोधणारी ललितसाहित्य ही एक ज्ञानशाखा आहे.

टीव्ही, रेडिओ, टेपरेकॉर्डर, व्हीसीआर आणि वर्तमानपत्र : ह्या वस्तूंना कुटुंबात जागा आहे. पुस्तकांना अजून जागा नाहीय. कौटुंबिक अवकाशात नातेसंबंध, अर्थकारण, धर्मविधी, मनोरंजन या गोष्टींना जशी जागा आहे, तशी ज्ञानप्रक्रियेला जागा व्हायला हवी. धर्म, तत्त्वज्ञान, वेगवेगळी शास्त्रे, ललित वाङ्मय.... ह्यांच्या पुस्तकांच्या वाचण्याची प्रक्रिया कौटुंबिक अवकाशात सुरू होईल, तेव्हा कुटुंबात ज्ञानप्रक्रिया सुरू होईल. कुटुंबातून कवी, लेखक, शास्त्रज्ञ, कलावंत निर्माण होतात. ज्ञानाच्या गोष्टींनी जगण्यात गंभीर गंमत येतेच.

(२००३)

दिवाण पुरस्कार स्वीकारल्यानंतर केलेले भाषण

किती बोलू आणि किती नको, असे प्रत्येकाला कधी ना कधी होते. म्हणजे भाषा वापरण्याची इच्छा प्रत्येकाला कधी ना कधी होतेच. भाषा हा कथात्मसाहित्याचा महत्त्वाचा घटक आहे. दोन दिवसांपूर्वी पूर्णिमा झाली. चांदणे पाहणे हा आनंद असतो. चांदण्याचे वर्णन आपण करतो. आता ऋतूबदल होतोय. हिवाळा संपतोय, उन्हाळ्याची चाहूल लागतेय. ऋतूबदलाबद्दल आपण बोलतोय. पावसाचे, महापुराचे, पावसात भिजण्याचे, पावसाळा असून पाऊस नसला तर त्या नसण्याचे, कडक उन्हाचे वर्णन आपण कुणाजवळ तरी करतो. सुखाचे वर्णन करतो, दु:खाचे वर्णन करतो, माणसांचे वर्णन करतो, प्रसंगांचे, दृश्यांचे वर्णन करतो. अशी वर्णने कथात्मसाहित्यात असतात. दैनंदिन जीवनात आपण सरासरी भाषा वापरतो. कथात्मसाहित्यात अचूक वर्णने करायची लेखकाची धडपड असते. अचूक वर्णनांची व्याख्या वा धारणा अनेक असतात. अचूक वर्णनांच्या नाना पद्धती असतात. ह्या पद्धती म्हणजे भाषाशैली. भाषाशैलीमुळे भाषेचे सुख कळते. ज्या समाजात भाषेचे सुख उमजलेले असते, तिथे कथात्मसाहित्य बहरते. तिथे चांगले वाचकही असतात. आणि व्यत्यास : ज्या समाजात भाषेचे सुख उमजलेले नसते, तिथे कथात्मसाहित्य बहरत नाही की चांगले वाचकही नसतात. आपल्या समाजाची स्थिती तपासता येईल ह्यावरून. माणूस जगतो ते प्रसंगांतून, घटनांतून. कथात्मसाहित्यात प्रसंग असतात. माणूस एखादा प्रसंग दुसऱ्याला सांगतो. प्रसंग सांगतो म्हणजे काय काय घडले, ते सांगतो. प्रसंग म्हणजे

प्रक्रिया. प्रक्रिया जाणणे म्हणजे ज्ञान. कथा, कविता, कादंबरी ही ज्ञानाची पुस्तके असतात. जगताना अनेक प्रसंग असतात. एकसारखे नसतात. उलटसुलटही असतात. असे अनेक प्रसंग बघून आपण गोंधळतो. कथात्मसाहित्यात अनेक प्रसंग असतात. म्हणजे अनेक प्रक्रिया असतात. अनेक प्रक्रियांमधून एकत्रितपणे ज्ञान जाणण्याची एक प्रक्रिया शोधायची कथात्मसाहित्यात धडपड असते. मानसशास्त्र, तत्त्वज्ञान, सामाजिकशास्त्र ह्यात प्रक्रिया जाणणे असतेच. मग कथात्मसाहित्य का वाचायचे? मानसशास्त्रात चांदणे नसते, तत्त्वज्ञानात कडक उन्हाचे वर्णन नसते. सगळे एकत्रपणे कथात्मसाहित्यात असते. सगळे एकत्र बघायचे असेल तर अजून तरी कथात्मसाहित्यच आहे. कथात्मसाहित्यात प्रत्येकाला जागा असते. ज्या समाजात प्रत्येक व्यक्ती महत्त्वाची असते, तिथे कथात्मसाहित्य बहरते. तिथे चांगले वाचक असतात. प्रत्यक्ष जीवनात आपण एखाद्या कुरूप व्यक्तीकडे बघायचे टाळू. कथात्मसाहित्यात बेधडकपणे कुरूप व्यक्ती असते. भाषेची जादू अशी असते की कुरूप माणसाचे वर्णन वाचून, कदाचित् वाचक शहारेलही; पण त्याचीच मनातली अढी जाते. अढी जाणे म्हणजे स्वातंत्र्य. कथात्मसाहित्य स्वातंत्र्य देते. 'भाषेचे सुख' असा मी शब्दप्रयोग वापरला. हा शब्दप्रयोग मी ताणतो आणि भाषेची चैन असा शब्दप्रयोग आता मी करतो. दैनंदिन जीवनात आपण टोकापर्यंत जायचे टाळतो. कथात्मसाहित्यात टोकापर्यंत जाता येते. भाषेची चैन आणि सगळे एकत्र एकदम बघण्याची चैन करायची असेल तर कथात्मसाहित्याकडे वळावे. एरवी जीवन अमूर्त असते. जीवनाची जाणीव कथात्मसाहित्य देते.

मी ठामपणे बोललो का? मला ठामपणे नव्हते बोलायचे. कथात्मसाहित्यात ठामपणा टाळता येतो. मी माझ्या लिखाणाचे पाचपाच खर्डे करतो. 'खूप लोक आहेत'चे मी पाच खर्डे केले. आजचे माझे भाषण हा पहिला खर्डा म्हणायला हरकत नाही. याचे आणखी खर्डे माझ्या मनात चालू राहतील. एखाद्या कादंबरीतही येतील. माझ्या लिखाणाची ही पद्धत आहे. वाचकांनीही कथात्मसाहित्याचे वाचनखर्डे करणे आवश्यक आहे का, हे बघावे. भाषेची चैन करायची इच्छा आणि जीवनाची जाणीव व्हायची इच्छा उंच उभारून वाचकांनी लेखकांना हाक द्यावी.

आभार.

(२००६)

विभावरी पाटील पुरस्कार स्वीकारताना केलेले भाषण

आज प्रथम मी आजच्या प्रसंगाच्या निमित्ताने सर्वांचे आभार मानतो.

आज मी इथं कथात्मवाङ्मय आणि साहित्य व्यवहारातले दोन मुद्दे याबद्दल सर्वसाधारणपणे बोलू पाहणार आहे.

मी ह्याचा गृहपाठ केलेला आहे. आज बोलायचेच म्हणून नाही. मी माझ्या लिखाणाच्या निमित्ताने केलेला आहे.

प्रथम मी कथात्मवाङ्मयाबद्दल काही बोलतो.

कथात्मवाङ्मय ह्याबद्दल मराठीत फारशी चर्चा झालेली नाही. कादंबरी आणि कथा ह्या प्रकारांवर बरीच चर्चा होते. कथात्मवाङ्मय हा शब्दप्रयोग रुळलेला नाहीय. कथात्मवाङ्मय हा शब्द लांबडा आहे. जोडाक्षरे आहेत, उच्चारताना जिभेला जास्त हालचाल करावी लागते. कादंबरी हा सोपा शब्द आहे. रूळलेला आहे. मी कादंबरी हा शब्द वापरीन. अर्थात् मी बोलेन ते कथा ह्या प्रकाराला लागू पडू शकेल. तपशिलात फरक असेलच.

आता माझी मुद्द्यांकडे यायची तयारी झालीय. मुद्दे, त्यामधील तर्क आणि वाक्यरचना आणि माझ्या बुद्धीची गती पाहता मी सावकाश बोलेन असे दिसतेय. माझ्या बोलण्यात टीका, शेरे, आवाहन, आव्हान नाहीय. म्हणजे भावना नाहीत. त्यामुळे माझे बोलणे कोरडे असू शकेल. कोरड्याची काही भाषाशैली असते का, हे पाहता येईल.

जे जे माहीत आहे, ज्ञात आहे, त्यातले काही निवडून माणूस जगण्यासाठी व्यवस्था करतो. ह्याला सभ्यता म्हणता येईल. ज्ञातामधले निवडण्यासाठी किंवा निवडताना माणूस मूल्ये तयार करतो. उरलेल्याला माणूस असभ्य म्हणतो. असभ्य नष्ट करायचा माणूस प्रयत्न करतो. उरलेले सर्वच नष्ट होत नाही. नष्ट न झालेले माणूस लपवून, दडपून ठेवतो. उघड झाले की त्याची निंदा करतो. हे पुन्हा पुन्हा होत राहते. जे सभ्यतेत घेतलेले आहे, त्यात काही असभ्य आहे, असा वाद होत राहतो. जे असभ्य म्हटले गेलेय, त्यातले काही सभ्य आहे, असाही वाद होत राहतो. सभ्यतेत अज्ञाताबद्दलच्या कल्पना असतात. त्या कल्पना सर्वमान्य करायचे प्रयत्न होत असतात आणि कल्पनांच्या खरेखोटेपणाचे वाद होत असतात. सभ्यता अशी हिंदकळत असते. हे खूपच नाट्यमय असते आणि कथात्मसाहित्याला हाक घालणारे असते.

जी कादंबरी ज्ञात हाताळते, तिला सभ्यतेची कादंबरी म्हणता येईल.

विश्वात अज्ञात असे खूप आहे. अज्ञातातले शोधण्यासाठी अनेक शास्त्रे निर्माण झालेली आहेत. कथात्मसाहित्यही अज्ञातातले शोधत असते.

अज्ञातातले शोधून काढणाऱ्या कादंबरीला संस्कृतीची कादंबरी म्हणता येईल. संस्कृती ही माणसाच्या शोधवृत्तीशी निगडित आहे.

शोधलेले मग सभ्यतेत जमा होते. अर्थात हे सहजपणे होते असे नाही.

तरी अज्ञातातले शोधायचे उरते. पुन्हा संस्कृतीची कादंबरी निर्माण होते.

संस्कृतीची कादंबरी अज्ञातातले शोधणारी प्रक्रिया थेट मांडते किंवा सभ्यता ते संस्कृती अशी प्रक्रिया मांडते. ही प्रक्रिया म्हणजेच संस्कृतीची कादंबरी. अर्थात् ही प्रक्रिया अशी असावी लागते की तिने अज्ञातातले शोधलेले सिद्ध व्हावे लागते. अज्ञातातले शोधण्याची सिद्धताच असते ती.

सभ्यतेच्या कादंबरीचे रूप, भाषा, प्रक्रिया नवी, वेगळी असू शकते, पण ती जे शोधून काढते, ते ज्ञातमधले असते.

सभ्यतेचे कथात्मवाङ्मय विपुल असते. संस्कृतीचे कथात्मवाङ्मय क्वचित असते.

सभ्यतेचे कथात्मवाङ्मय मनाला, बुद्धीला ऊर्जा देऊ शकते. संस्कृतीचे कथात्मवाङ्मय, तुकाराम महाराजांच्या शब्दांत जीवाचे जीवन असते. जीवाचे जीवन हे संस्कृतीतले आहे. मी आता सभ्यतेत वापरतोय.

मला जाणीव आहे की मी हे मुद्दे तपशीलवारपणे तपासून मांडायला हवेत. मी कथात्मसाहित्य लिहिणारा आहे. एखाद्या कादंबरीत मी हे हाताळेन.

आता मी इतर दोन मुद्दे मांडतो. तसे म्हटले तर हे दोन मुद्दे सभ्यतेतले आहेत.

पहिला मुद्दा पुरस्कारपद्धतीविषयी आहे.

पहिला उपमुद्दा असा : पुरस्कारासाठी जे परीक्षक नेमले जातात, त्यांची नावे आधीच जाहीर व्हावीत. दुसरा उपमुद्दा : पुरस्कारासाठी परीक्षक अनेक पुस्तकांची चर्चा करतात. ही चर्चा टेप करावी, लिहून काढावी आणि जाहीर करावी.

ह्यामुळे निवड पद्धतीत पारदर्शकता येऊ शकेल.

ह्याआधी दोन पुरस्कार समारंभात मी हा मुद्दा मांडलेला आहे.

त्याआधी मी हा मुद्दा माझ्या एका साहित्यिक मित्राशी बोललो होतो. मित्र म्हणाला, 'परीक्षकांची नावे आधीच जाहीर करायची पद्धत जगात अनेक ठिकाणी आहे.' मित्राने बुकरचे उदाहरण दिले. पुढे तो म्हणाला, 'चर्चा टेप करून जाहीर करायची पद्धत कुठेच नाहीय.' मी म्हणालो, 'भारतातले पहिले नेहमीच जगातल्यानंतरचे असते. हे झाले तर भारतातले पहिले जगातलेही पहिले असेल.' सभ्यतेत अशी उत्तरे द्यायची सोय असते.

दुसरा मुद्दा मराठी लेखकांविषयी आहे.

भारत आर्थिक महासत्ता होणार, त्या मार्गावर आहे, असे सर्वत्र घुमत आहे. त्यावरून मला प्रश्न पडलाय : भारत आर्थिक महासत्ता झाल्यावर तरी मराठी लेखक पूर्ण वेळ लेखक होईल का? लेखकाला आधीच सभ्यतेची बंधने आहेत, आर्थिक महासत्ता आणखी बंधने घालणार काय? आणि ह्याचा व्यत्यास लेखक पूर्ण वेळ लेखक व्हायचे, तो शोधतोय तेच लिहायचे आणि पूर्णत्वाने, पुरेपूर लिहायचे धैर्य लेखक कधी दाखवेल?

आपण माझे म्हणणे ऐकून घेतलेत, ह्याबद्दल आभार.

(२००७)

साहित्य अकादेमी पुरस्काराच्या स्वीकाराचे भाषण

साहित्य अकादेमी पुरस्कारानिमित्ताने लेखकांची गाठभेट ह्याप्रसंगी वाचलेले भाषण :

मित्रहो,

मी माझे विचार फिक्शनमधून देतो. साहित्य अकादेमी पुरस्कार जाहीर झाल्यावर टीव्ही चॅनेल्स, वर्तमानपत्रे, सार्वजनिक सभा ह्यांतून मला बोलावे लागले. आजही मी फिक्शनबाहेर माझे विचार व्यक्त करतोय. मी साहित्य अकादेमीचा आभारी आहे.

साहित्य अकादेमीच्या पुरस्कार पद्धतीविषयी मी काही मुद्दे मांडू इच्छितो.

साहित्य अकादेमीने पुस्तकांची शॉर्ट लिस्ट, परीक्षकांची नावे आधीच जाहीर करावीत. परीक्षकांची चर्चा टेप करावी व प्रसिद्ध करावी. ह्यायोगे परीक्षकांचे वाङ्मयीन निकष समजू शकतील. साहित्य अकादेमीची पारदर्शकता व अस्सलपणा वाढेल. साहित्य अकादेमीचे पुरस्कार आंतरराष्ट्रीय पातळीवर नोंदले जातात.

मी कथा, कादंबरी, नाटक हे वाङ्मयप्रकार लिहितो.

मी गावातून, शहरातून, महानगरातून हिंडतो. गावांच्या, शहरांच्या, महानगरांच्या बकाल भागांतून हिंडतो, भूभाग पाहतो, माणसे पाहतो, त्यांची अभिरुची पाहतो. मी लोकांशी बोलतो, मैत्री करतो, त्यांना ऐकतो, त्यांच्याशी वाद घालतो. मी वेगवेगळ्या विषयांवरची पुस्तके जरूर वाचतो; पण वेगवेगळे विषय लोकांच्यात कसे, किती, कशा स्वरूपात आहेत हे जास्त पाहतो. लोक बोलताना भाषा कशी वापरतात, विषय कसा

मांडतात, भावना कशा व्यक्त करतात, हालचाली कशा करतात, रॅशनल किती आहेत, इरॅशनल किती आहेत, हे मी पाहतो.

समाजाच्या दोन पैलूंवर मी विचार करतो १) सभ्यता, २) संस्कृती.

सभ्यतेचा मी असा विचार करतो. सभ्यता म्हणजे जगण्याची पद्धत, जगण्याची व्यवस्था. ह्यात उपजीविकेचे व्यवहार, एकूण संबंध, इच्छा, वासना, विकार, त्यांच्या परिपूर्तीचे, कंट्रोलचे येते तसेच सृष्टी, निर्माता, जीवनरहस्य, जन्म, मरण अशा अज्ञाताविषयीच्या धारणा हे येते.

कुतूहल, कल्पनाशक्ती, जाणीव ही माणसाच्या माणूस असण्याची लक्षणे आहेत.

कुतूहल, कल्पनाशक्ती, जाणीव ह्या लक्षणांमुळे माणूस शोध घेतो.

शोध घेणे हे माणसाचे सर्वात मोठे मूल्य आहे, असे मी समजतो.

फिक्शनमध्येही शोध घेणे असते म्हणून फिक्शन ज्ञानाचा ग्रंथ असतो.

फिक्शन सभ्यतेबद्दल शोध लावत असेल, तर मी त्या फिक्शनला सभ्यतेचे फिक्शन म्हणतो.

माणसाला सर्वात मोठे कुतूहल आहे, ते जीवनाचा अर्थ काय? सृष्टीचा अर्थ काय? ह्या प्रश्नांच्या उत्तरात.

जीवनाचा अर्थ काय? सृष्टीचा अर्थ काय? अशा मूलभूत प्रश्नांचा शोध घेणे ह्याला मी संस्कृती म्हणतो.

जे फिक्शन अशा मूलभूत प्रश्नांचा शोध घेते, अशा फिक्शनला मी संस्कृतीचे फिक्शन म्हणतो.

सभ्यतेचे फिक्शन कालबाह्य होऊ शकते. संस्कृतीचे फिक्शन कधीच कालबाह्य होत नाही. ते अभिजात असते.

ज्या सभ्यतेमध्ये साधा, सर्वसाधारण माणूसही शोध घेण्याची क्षमता बाळगू शकतो, ती सभ्यता थोर होय.

मी संस्कृतीची फिक्शन लिहिण्याचा आटोकाट प्रयत्न करतो.

शोध घेण्यासाठी काही प्रयोग करावे लागतात. प्रयोग करणे हे कल्पनाशक्तीचे कार्य असते.

मी फिक्शनमध्ये नेहमीच प्रयोग करतो, करावे लागतात. कधी मी प्रसंग ताणतो, तुटेपर्यंत ताणतो. कधी प्रसंग उलटा करतो, कधी अतिशयोक्त करतो, कधी ब्लॅक ह्युमर करतो, कधी तिरकस होतो. कधी प्रेमाने लिहितो, कधी काळजीने लिहितो, कधी चिंतेने लिहितो, कधी कडवटपणे लिहितो. वाक्यरचनेसाठी मी बुद्धी पणाला लावतो. माझ्या नव्या अप्रकाशित कादंबरीत एक घटना आहे : एका धार्मिक माणसाला एकदा साक्षात्कार होतो : माझा अहम् नष्ट झालेला नाही, मी आध्यात्मिक नाही - आणि कादंबरी घडत जाते. माझ्या

फिक्शनमध्ये एक प्रमुख पात्र आणि बाकीची दुय्यम पात्रे असे नसते. माझ्या फिक्शनमध्ये चार-पाच प्रमुख पात्रे असतात. दुय्यम पात्रांनाही मी दुय्यम म्हणून वागवत नाही. साहित्य अकादेमी पुरस्कारप्राप्त 'उत्सुकतेने मी झोपलो' ह्या कादंबरीत तीन प्रमुख पात्रांच्या तीन कहाण्या आहेत.

एका विधूर वृद्धाला पावसाळ्याचा काळ भर्रकन् जावा असे वाटते. मग त्याच्या लक्षात येते, काळ भर्रकन् जावा... म्हणजे मरण तेवढ्या भर्रकन् जवळ येणार... पावसाळ्याचा काळ सावकाश जावा... तर ब्राँकायटिसचा त्रास... ह्या पेचातून कादंबरी पुढे जाते.

भारतीय कुटुंब व्यवस्थेत ज्ञानाला जागा नाही, ह्या प्रमेयाभोवती ही कादंबरी फिरते.

कशी आहे भारतीय सभ्यता ?

आर्थिक विकास होतो आहे. कारखानदारी वाढतेय. शहरे वाढताहेत. शहरे सुंदर करण्याचे प्रयत्न चाललेत. खेड्यांच्या सुधारण्याच्या योजना कार्यान्वित आहेत. शैक्षणिक उपक्रम राबवले जात आहेत. दळणवळण आणि संदेशवहन ह्याच्या सुविधा वाढताहेत. करमणुकींचे अनेक प्रकार निर्माण होत आहेत. धार्मिक सोहळे भरभरून साजरे होत आहेत. भारतीय सभ्यतेत हजारो प्रश्न आहेत. प्रश्न मांडायची व्यवस्था नाहीय. प्रश्न सोडवण्याची पद्धत अजून सापडत नाहीय. भारतीय सभ्यता कावरीबावरी आहे. मंदीचाही धोका निर्माण झालाय.

ह्यावरून मला काही प्रश्न पडले आहेत. पैसा कशासाठी खर्च करतात ह्याची काही दृष्टी भारतीय नागरिकात आली आहे का? सौंदर्यात्मक जाण वाढली आहे का? भाषेची जाण वाढली आहे का? निरीक्षणशक्ती, कल्पनाशक्ती वाढली आहे का? वेगवेगळ्या धर्मांची तत्त्वे जाणून घेणे घडते आहे का? सृष्टी काय आहे? सृष्टी जाणून घ्यायच्या पद्धती काय आहेत? जीवन काय आहे? जीवन जाणून घ्यायच्या पद्धती काय आहेत? अशा मोठ्या प्रश्नांपर्यंत भारतीय माणूस जातो आहे काय? अशा मोठ्या प्रश्नांचा शोध घेण्यासाठी नवीन पद्धती निर्माण करण्याची क्षमता, धैर्य भारतीय माणसात येत आहे काय?

ह्या प्रश्नांशिवाय आणखी काही वेगळ्या प्रकारचे प्रश्न मला पडलेले आहेत. त्यापैकी काही असे : १) वेगवेगळ्या माणसांना वेगवेगळ्या विचारसरणी पटतात. हे होण्यामागे तर्कशास्त्र, मीमांसा काय आहे?, २) अहम् पूर्णपणे नष्ट होऊ शकतो का?, ३) कपडे वापरण्याचा आनंद असतो. अन्नपदार्थ खाण्याचा आनंद असतो, तसा भाषेचा आनंद असतो. भाषेच्या आनंदाचे स्वरूप काय?

अशा अनेक प्रश्नांनिशी मी जगतोय आणि लिहितोय.

(२००९)

‘लोकमत’ जीवनगौरव पुरस्कार स्वीकारताना केलेले भाषण

वाचनप्रक्रिया या विषयावर मी माझे मत मांडणार आहे. कादंबरीत घटना, प्रसंग, पात्रे, संवाद आणि वर्णने असतात. कल्पकता ही आपल्याला मिळालेली शक्ती आहे. माणसाचे जगणे हे घटना आणि प्रसंग यातून उघड होत असते. घटनेचा अर्थ लावला तर त्या वेळच्या जगण्याचा अर्थ लावता येतो. मग सर्व घटनांचा अर्थ कसा लावणार? सर्व घटना एकत्र येणं म्हणजे सबंध जीवन होय. जगणं हे एकेका प्रसंगातून उलगडत जातं. सबंध जीवन शोधण्यासाठी वाचकाला कुतूहल हा पैलू वापरायचा असतो. कादंबरी वाचताना वाचकांनी सृष्टीचा अर्थ काय, जीवनाचा अर्थ काय हेही कुतूहल ठेवायचं असतं.

मराठी भाषेबद्दल माझी थोडी नाराजी आहे. काही वाक्प्रयोग अजून निश्चित ठरलेले नाहीत. कुणी मदत केली तर आपण थँक्स म्हणतो, धन्यवाद म्हणत नाही. शिवाय वर्णन करायचे असेल तर मराठी कमी पडते का अशी शंका येते.

सोपी वाक्ये करणे, ‘व’, ‘आणि’ ही उभयान्वयी अव्यये जोडणे याकडे मराठीचा कल आहे. अशी वाक्ये केली तर वर्णने भावनाशील होण्याची शक्यता असते. वर्णने जशीच्या तशी करायची आणि निरीक्षण करणाऱ्याची वैशिष्ट्येही त्यात घालायची. यासाठी भाषेचा आनंद घेता येईल, अशी भाषा निर्माण करावी लागेल. हे भाषा तयार करण्याचे सर्वात मोठे आव्हान कादंबरीकारापुढे आहे. जगताना घटनांच्या अनुभवांनंतर भावना व्यक्त करता येतात.

कादंबरी, कथा वाचताना आपण घटना वाचतो, मग विचार येतात. वाचकाला कृती करण्याची संधी नसते. त्यामुळे कल्पकता, बुद्धिमत्ता, भावना जन्मते आणि नष्ट होते. वाचकाला तत्त्वज्ञानाचे मन जागे ठेवावे लागते. कारण त्याला जीवनाचा आनंद घ्यायचा असतो. यासाठी हे काही घटक जोपासले पाहिजेत.

आता व्यावहारिक मुद्दे, 'गाव तेथे एसटी' या धर्तीवर प्रत्येक गावात सुसज्ज आणि मोफत वाचनालय असावे. शेजारी साक्षरतेचे काम सुरू असावे. तिथे जावेसे वाटले पाहिजे. खरे तर हे आधीच व्हायला पाहिजे होते. का नाही झालं कुणास ठाऊक? सरकार, उद्योगपती, आमदार, खासदारांनी ते करावे.

सर्वात महत्त्वाचे म्हणजे अक्षररंग साहित्यातील कामगिरीसाठी दिलेल्या या पुरस्कारांचा कर (टीडीएस) 'लोकमत'च भरणार असल्याचे मला सांगण्यात आले. साहित्यिकांना तो द्यावा लागणार नाही. राज्य सरकारही अनेक वाङ्मयीन पुरस्कार देत असते; पण त्यात कर कापून रक्कम दिली जाते. शासनाने लोकमतचा आदर्श घ्यावा.

(या भाषणाची लिखावट श्याम मनोहर यांनी केलेली नव्हती. 'लोकमत' दि. ३० डिसेंबर २०१२च्या अंकात प्रसिद्ध झालेले भाषण जसेच्या तसे येथे घेतले आहे.

- संपादक)

'महाराष्ट्र फाउंडेशन'चा जीवनगौरव पुरस्कार स्वीकारतानाचे भाषण

एका साध्या प्रसंगाच्या निवेदनाने सुरुवात करतो. आम्ही घरचे लोक आणि आमची कामवाली असे एका पौर्णिमेच्या रात्री कॉफी पीत टेरेसवर बसलो होतो. कामवाली प्रौढ, आजी झालेली होती. गप्पांच्या ओघात कामवाल्या बाई म्हणाल्या, 'लहानपणी आम्ही मुली मुली गावाकडे असे बसायचो आणि चांदण्या मोजायचा खेळ खेळायचो. आणि मोजताना पहिली चांदणी कोणती धरली होती, हेच सुटून जायचे. कुठून सुरुवात करायची, तेच सुधरायचे नाही. लई गोंधळ उडायचा, लई आमचं आम्हाला हसू यायचं.'

हा प्रसंग काहीसा प्रातिनिधिक आहे. आकाशात किती चांदण्या आहेत, हे लहानपणी उत्सुकतेचे असते. मोजायच्या कशा, याची पद्धत सापडत नाही. नद्या स्वच्छ करायच्या आहेत, काय आहे पद्धत? शहर स्वच्छ करायचेय, काय आहे पद्धत? रहदारी सुरळीत करायचीय, काय आहे पद्धत? भ्रष्टाचार निर्मूलन करायचेय, काय आहे पद्धत? शेतकऱ्यांच्या आत्महत्या थांबवायच्यात, काय आहे पद्धत?

पद्धती शोधणे, हीच भारतातली समस्या झालीय.

फाळक्यांनी मुंबईत सिनेमा बघितला. झपाटून जाऊन फाळके इंग्लंडला जाऊन कॅमेरा शिकून आले आणि त्यांनी सिनेमा तयार केला. पाश्चात्त्य राष्ट्रांत, अमेरिकेत जाऊन शिकून येऊन इथे करणे ही पद्धत पडली. लोकशाही अशीच आली. कपडे, चालीरीती अशाच आल्या. पाश्चात्त्य राष्ट्रांनी एखादे तंत्रज्ञान दिले नाही तर संदर्भ घेऊन ते तंत्रज्ञान विकसित

केले जाते. 'पूर्णपणे भारतीय बनावटीचे रॉकेट' असे म्हटले जाते. भारत स्वतंत्र झाल्यापासून पुनर्शोध, रिसर्च करणे चालू आहे. साहित्यातही हे घडले आहे. अस्तित्ववाद, ॲब्सर्डिटी ते पोस्टमॉडर्निझम —— पुनर्शोध, रिसर्च चालू आहे.

मग आपले काय, हा प्रश्न यातून तयार झाला. तंत्रज्ञान वगैरे दुसऱ्याकडून घ्यायला हरकत नाही; पण आपली संस्कृती टिकवली पाहिजे, असे उत्तर येऊ लागले. वेदांत कॅल्क्युलस होते, विमानविद्या होती, गणपती हे प्लास्टिक सर्जरीचे उदाहरण आहे, असे सुरू झाले.

म्हणजे आता वेद, पुराणे यातून पुनर्शोध/ रिसर्च सुरू. भारतीयांना 'रि-सर्च'चे वळण लागलेय. 'सर्च'चे, शोधाचे वळण लागत नाहीय.

साहित्याच्या बाबतीत अजून भारतीय जुन्या साहित्याचा पुनर्शोध घेण्याचे व ते उदाहरण म्हणून ठेवण्याचे सुरू झाले नाहीय. शोध घेणे तर नाहीयच. त्यामुळे मराठी साहित्यात वास्तवाचे चित्रण करणे घडतेय. ज्ञान असलेलेच साहित्यात मांडले जातेय. साहजिकच समाजाला अशा साहित्यात रस येत नाहीय. प्रगत संस्कृतीचे एक लक्षण म्हणून साहित्याकडे पाहिले जाते. साहित्याचा प्रसार व्हावा, साहित्याला प्रोत्साहन मिळावे म्हणून शासन योजना आखते. साहित्यासाठी पुरस्कार आहेत. अनेक पातळीवर साहित्यसंमेलने आहेत. प्रकाशन समारंभ, काव्यवाचन, कथात्मसाहित्याची अभिवाचने, चर्चासत्रे असे सर्व प्रकार चालू आहेत. फक्त अद्ययावत वाचनालये महाराष्ट्रभर नाहीत. कोणत्याही राजकीय पक्षाच्या कार्यक्रमात वाचनालये काढायचे दिसत नाही किंवा उद्योगपतीही या कार्यक्रमात लक्ष देत नाहीत.

समाज साहित्यात सवडीने नेमस्तपणे गुंतलेला आहे. साहित्य मवाळपणे, हो मवाळपणेच घडत असते, तेव्हा समाज साहित्य घडू देतो. साहित्य मवाळपणा सोडून घडू लागले, तर मात्र काही समाजघटक ताबडतोब अशा साहित्याला 'वठणीवर' आणायला चवताळून उठतात. "आपली संस्कृती जपली पाहिजे" म्हणतात. उरलेला समाज मध्ये पडत नाही. समाजव्यवस्था मध्ये पडत नाही.

उरलेला समाज काय करत असतो? आर्थिक स्थिती, शारीरिक आरोग्य, कौटुंबिकता, सुरक्षितता याची काळजी वाहत असतो.

आणि शासनव्यवस्था काय करत असते? जातीयता, धार्मिकता, आर्थिक व्यवहार, बलवान होणे, जगाचे नेतृत्व करणे, नद्या स्वच्छ करणे, शहरे गावे स्मार्ट करणे, नवे रोजगार निर्मिणे, चंद्रावर जाणे, औद्योगिकीकरण, शेअर बाजार, पद्म पुरस्कार, नेत्यांचे पुतळे - सत्ता सांभाळणे या सर्वांचा हिशोब करत, राजकारण करू नका, असे विरोधकांना

बजावत मार्ग काढत असते... 'मार्ग' काढत असते. 'उत्तरे' नव्हेत. उत्तरासाठी शोध घ्यावा लागतो.

समाजाचे प्रश्न सोडवण्यासाठी साहित्याचा काहीही उपयोग नाही, असे समाजाचे व शासनाचे गुप्तपणे मत असते.

उघडपणे म्हटले जाते : विज्ञानानेच समाजाचे प्रश्न सुटतील.

'विज्ञान' हा शब्दप्रयोग समाज व शासन करतात; पण त्यांना खरे तर म्हणायचे असते, तंत्रज्ञान, टेक्नॉलॉजी. तंत्रज्ञानाला 'विज्ञान' म्हटले जाते. 'तंत्रज्ञा'ला 'वैज्ञानिक' म्हटले जाते.

भौतिक प्रश्न सोडवणे ही आपल्या समाजाची पहिली गरज आहे. समाजाची दुसरी गरज आहे धर्म. समाजाला धार्मिक कर्मकांड हवेच आहे. शिवाय धर्माचा तात्त्विक अर्थही बरोबर वाटतो. धर्माच्या तात्त्विक अर्थात म्हणजे अध्यात्मात लोक गुंग होतात. विज्ञान, साहित्य ही तिसरी, चौथी, पाचवी गरज आहे.

कोणत्याही धर्माची तत्त्वे वापरून नद्या वा शहरे वा गावे स्वच्छ करता येत नाहीत, हे सर्वांना माहीत आहे आणि मान्य झालेले आहे. अर्थात ते गुपचूपपणे मान्य आहे.

दुसरे उदाहरण 'लोभ' या षड्रिपुंपैकी एका रिपूचे, विकाराचे घेऊ. सर्व धर्मांत 'लोभ धरू नये' असे तत्त्व आहे. भारतीय समाजात लोभाच्या विकारामुळे आर्थिक भ्रष्टाचाराचा मोठा प्रश्न तयार झाला आहे.

लोभ जिंकायचा कसा? लोभ जिंकण्याची पद्धत काय? हे माणसाला उमजत नाही. आर्थिक भ्रष्टाचार थांबवण्यासाठी धर्माचा उपयोग होत नाहीय.

भ्रष्टाचार संपवण्याचा बिनधर्माचा मार्ग म्हणजे, माणसाचा लोभ ऑपरेट होणार नाही, अशी व्यवहाराची पद्धत शोधणे.

माणसाचा लोभ ऑपरेट होणार नाही, अशी सामाजिक पद्धत भारतीय लोकांना शोधता आलीय का? - नाही, असेच उत्तर द्यावे लागेल.

नद्या स्वच्छ करणे, शहरे-गावे स्वच्छ करणे, भ्रष्टाचार संपवणे, रहदारी सुरळीत करणे असे भौतिक प्रश्न सोडवण्याची धार्मिक पद्धत साधत नाहीय की, बिनधार्मिक पद्धतही सापडत नाहीय, अशी भारतीय समाजाची करुण स्थिती होत आहे.

आणि मग प्रतिकात्मक किंवा प्रबोधनात्मक मार्ग हाताळले जात आहेत. पद्धत शोधणे, हे घडत नाहीय. शोध घेणे, हे वळण भारतीय सभ्यतेत रुजलेले नाही.

भारतीय सभ्यतेत पुनर्शोध घेणे, रिसर्च हे कित्येक वर्षांपासून चालू आहे. जगात जे ज्ञात आहे, ते पुनर्शोधत चालत राहायचे, असे चाललेले आहे. तंत्रज्ञानापासून ते तत्त्वज्ञानापर्यंत ते साहित्यापर्यंत.

शोध घेणे : म्हणजे कशाचा शोध घ्यायचा? उत्तर सोपे आहे. अज्ञाताचा आणि अज्ञात म्हणजे एखाद्या व्यक्तीचे अज्ञात नव्हे, मानवजातीच्या अज्ञाताचे. माणूस जातीला अजून माहीत नाही, त्याचा शोध घ्यायचा आणि नुसते शोध घेत राहायचे नाही, शोध लावायचा. नुसते अज्ञात असे म्हटले की, हरवून जायला होते. अज्ञात कशाशी निगडित आहे? माणसाशी, विश्वाशी आणि जीवनाशी.

माणूस अजून सगळा समजलेला नाही. विश्व अजून पूर्णपणे समजलेले नाही. जीवनाचा अर्थ अजून पूर्णपणे समजलेला नाहीय. माणूस काय आहेय? विश्व काय आहे? जीवनाचा अर्थ काय? यातले खूप अज्ञात आहे. मानवजातीलाच अज्ञात आहे. या अज्ञातातले शोधणे.

भारतीय सभ्यतेत अज्ञातातले शोधणे घडते आहे काय? नाही. कल्पनादारिद्र्य हे त्याचे एक कारण सांगितले जाते.

दैनंदिन जीवनक्रम प्रमुख उरतो आणि शोध घेणे त्यातून केले जाते, ते शोध घेणे म्हणजे पुनर्शोध होय. शोध घेणे हेच प्रमुख ठरून त्यानुसार दैनंदिन जीवनक्रम घडतो; शोध घेणे चोवीस तासांचे होते, तेव्हा तो पुनर्शोध नसतो, तर शोध घेणे असते. पुनर्शोध बाह्य मनाचा व्यवहार असतो. शोध घेणे हा अंतर्मनाचा व्यवहार असतो.

अंतर्मनात अज्ञातातल्या एखाद्या पैलूचा सुगावा लागतो. सुगावा लागणे ही प्रक्रिया इन्ट्यूशनने, अंतर्ज्ञानाने घडते. हा सुगावा नुसताच व्यक्त झाला तर त्याला दर्शन-साक्षात्कार म्हणता येते. सुगावा घेऊन तो सत्य म्हणून सिद्ध करावा लागतो. ही सिद्धता करण्यासाठी विवेक, रीझन वापरावे लागते.

अंतर्ज्ञान व विवेक यांनी अज्ञातातले शोधलेले ज्ञानशाखा निर्माण करते. भारतीय समाजात असे अज्ञातातले शोधणे घडत नाही का? उत्तर आहे - नाही घडत. अज्ञात असे काही नाहीच, अशी भारतीय समाजमनाची धारणा आहे का?

धर्माने असे सांगितलेले, शोधलेले आहे, अशी प्रत्येक धर्मातल्या माणसाची समजूत असते.

उदाहरण द्यायचे तर, मृत्यू काय आहे? याचे उत्तर प्रत्येक धर्माने दिलेले आहे. तरी प्रत्येक माणसाच्या हयातीत असे पाच-सात तरी प्रसंग येतात की त्याला मृत्यू काय आहे, हा प्रश्न नव्याने ताजेपणाने पडतो. माणसाला नव्याने उत्तर हवे असते. विश्व काय आहे? जीवनाचा अर्थ काय? अशा प्रश्नांची उत्तरे धर्माने दिलेली असतात, तरी माणसाला हे प्रश्न पडतात. म्हणजे 'शोधणे' ही वृत्ती जागी असते. प्रश्न अंतर्मनात जात नाहीत आणि शोध घेणे थांबते, असे होते.

विकार अंतर्मनात गेले तर माणूस विकृत होतो. अज्ञाताविषयीचे कुतूहल अंतर्मनात गेले तर माणूस सर्जनशील होतो.

प्रश्न अंतर्मनात घ्यायला माणूस भितो. कारण प्रश्न अंतर्मनात राहणे हे अतिशय वेदनादायक असते. शारीरिक कष्ट, शारीरिक वेदना, बाह्य मनाच्या वेदना यापेक्षा प्रश्न अंतर्मनात राहण्याच्या वेदना तीव्र असतात.

अशा वेदना भारतीय माणूस टाळू पाहतो का?

याला आणखी एक आयाम आहेच. भारतीय सभ्यतेत अशी एक धारणा झालेली आहे की, आर्थिक स्थिती नीट झाल्याशिवाय शोध घेणे, अज्ञातातले शोधणे करता येणार नाही.

शोधांचा इतिहास पाहिला तर हे प्रमेय चुकीचे ठरते.

भारतीय स्थिती अजून तरी असे अज्ञाताचा शोध घेण्याला अनुकूल नाहीय. ज्याला घ्यायचाय त्याने स्वत:च्या हिमतीवर घ्यायचाय.

अशी उदाहरणेही माणसाच्या इतिहासात, भारतीय इतिहासातही आहेत. नसली तरी अशी उदाहरणे निर्माण करायला हरकत नाही. अज्ञातातले जाणून घ्यायचा समाज सामूहिकपणे प्रयत्न करतो असे नसते. अज्ञातातले जाणून घ्यायला समाज उत्सुक असतो आणि अज्ञातातले शोधायचे असते व्यक्तीनेच. हे व्यक्तिवाद, समूहवाद असे द्वंद्व नसते. व्यक्तीचे काम आणि समूहाचे काम अशीही समज असते. व्यक्तीने शोधायचे आणि समाजाला द्यायचे, अज्ञातातले शोधण्याने संस्कृती निर्माण होते, संस्कृतीने जगण्याची पद्धती, सभ्यता, परंपरा सुधारतात. परंपरा जपायच्या नसतात, मुद्दाम मोडायच्या नसतात. अज्ञातातले शोधून सुधारायच्या असतात.

कथात्मसाहित्यानेही मानवजातीला अज्ञात असलेले शोधायचे असते. नवीन धर्म स्थापना होणे कधीपासून थांबलेले आहे. जुने धर्म आहेत, तरी माणसाला 'स्वधर्म' हवाय. साहित्याने व्यक्तीला स्वधर्म स्थापायला साहाय्य करायचे आहे. किंबहुना, माणसाला स्वधर्म स्थापायची गरज असते, ही साहित्याची प्रेरणा आहे, असेही म्हणता येईल.

अशी यातायात वाङ्मयाचे तत्त्वज्ञान निर्माण करते. वाङ्मयाचे तत्त्वज्ञान निर्माण होत राहणे प्रगत संस्कृतीसाठी आवश्यक असते. प्रत्येकाने हे आव्हान घ्यावे, मीही घेत आहे.

आणि अखेरीस आता मी धरून सगळ्या साहित्यिकांसाठी चिंतन करतो. जगातले मार्खेज, पामुख, सारामागो आणिक कोण कोण बाजूला सारा. मराठीतले नेमाडे, श्याम मनोहर बाजूला ठेवा. तेंडुलकर, आळेकर बाजूला ठेवा. अरुण कोलटकर, सलील वाघ बाजूला ठेवा. कादंबरी, कथा, कविता, नाटक हे वाङ्मयप्रकार बाजूला ठेवा. सभ्यतेतल्या

भाषांसह सर्व खाणाखुणा वापरा आणि मानवजातीच्या अज्ञातातल्या एखाद्या पैलूचा शोध लावा. 'शोध घेणे'शी थांबू नका. शोधच लावा. शोधच लावायचा आहे ही तुमचीच जबाबदारी आहे, हे समजून घ्या. अध्यात्म बाजूला ठेवा आणि मीपणा घालवायचा कसा याची चक्क प्रक्रिया शोधा. आणि हां, हे सगळे अंतर्मनात घडले पाहिजे. प्रश्न अंतर्मनात जाणे हे नैसर्गिकच असते. अंतर्मनात जगरहाटी असेल तर प्रश्न अंतर्मनात जायला अडथळा होतो. जगरहाटी बाह्यमनात राहू द्यावी म्हणजे प्रश्न अंतर्मनात आपोआप जातो. प्रश्न अंतर्मनात राहू द्यावा. त्याच्या वेदना सोसाव्यात. मग निर्मितीचा सुगावा लागतो. सुगाव्याने उत्तर सिद्ध करावे. सिद्ध करणे महत्त्वाचे. यासाठी विवेक वापरावा. विवेक वापरणे तसे यांत्रिक असते, शारीरिक कष्टाचे असते.

अशा प्रकारे निर्माण झालेले साहित्य ओरिजिनल असते. या साहित्याला संगीतकार चाल लावतील, दिग्दर्शक रंगमंचावर वा पडद्यावर आणतील, समीक्षक साहित्याचे प्रकार पुन्हा करतील.

(२०१५)

केरळ साहित्य अकादमीच्या चर्चासत्रातील भाषण

मित्रहो,

तुमच्यासारख्या ज्ञानाच्या उपासकांसमोर हा निबंध सादर करताना मला खूपच आनंद होतो आहे. मीही ज्ञानाचा एक शोधक आहे. आणि साहित्याच्या एका शतकातल्या सुसंगतीबद्दल माझी मतं मी तुमच्यासमोर मांडणार आहे.

इंग्रजीत विचार करणं आणि लिहिणं हे माझ्यासाठी तितकंसं सोपं नाही. मला माझ्या मातृभाषेतच म्हणजे मराठीतच विचार करणं जमतं. येत्या शतकात असं कोणतं तरी तंत्रज्ञान निघेल अशी आशा आपण करू या, की ज्यामुळे मी माझा निबंध मराठीत वाचणं आणि त्याचवेळी तुम्हाला तो आपापल्या मातृभाषेमधून ऐकू येणं हे शक्य होईल.

येत्या शतकात वाङ्मयाचं स्वरूप आणि प्रक्रिया कशी असेल? विसावं शतक आता जवळपास संपलेलं आहे. एकविसाव्या शतकाबद्दल फारसं वाङ्मय भारतीय भाषांमधून लिहिलंच गेलं नाहीय. आपण वर्तमानकाळात फारसं गुंग झालोयत हे त्याचं कारण आहे. कदाचित, आपला स्वभावच तो असावा. सामान्य माणसाच्या चिंतन प्रक्रियेत भविष्यकाळाबद्दलचा विचार अभावानेच असतो, हे मी पाहिलंय. असलीच तर फक्त आतुरता असते. सामान्य माणूस खरेतर काळाबद्दल विचार करत नाही; परंतु भौतिक आणि उलाढालवजा बाजूंवरच लक्ष केंद्रित करतो, असं मला वाटतं.

काळ हा अखंड असतो आणि जीवन हे चक्राकार पुनरावर्तन असते अशी भारतीय मनाची धारणा आहे. भविष्यकाळाबद्दल विचार करणं आणि त्यानुसार योजना आखणं या गोष्टी भारतीय प्रवृत्तीत बसणाऱ्या नाहीत. विसावं शतक संपत आलं आहे म्हणून भारतीय मन चिंतनात बुडून जात नाही. काळापासून मुक्त होणं हाच भारतीय तत्त्वज्ञानाचा खरा पाया आहे - अन् मी असं म्हणेन की, या शतकामध्ये भारतीयांना साऱ्या गोष्टींचं भौतिक दृष्टीनंच विश्लेषण करावयास सुरुवात केली आहे.

भारतातल्या लोकांचा सर्वसाधारण कल विज्ञानाच्या अभ्यासाकडे आणि विशेषत: तंत्रज्ञानाच्या अभ्यासाकडे आहे. इथल्या बुद्धिमान विद्यार्थ्यांमध्ये अभियांत्रिकी, वैद्यकीय आणि तंत्रज्ञान शाखांची निवड करण्याची वृत्ती दिसते. ऐहिक संपत्ती पैदा करण्याच्या आपल्या समाजाच्या आकांक्षेला हे धरूनच आहे आणि तंत्रज्ञान हे व्यवसाय म्हणून अंगिकारल्यावर जास्त पैसा नक्कीच निर्माण करत असते. येत्या शतकात वाङ्मयीन साहित्यकृतींमधून बऱ्यापैकी कमाई करता येऊ शकेल, आणि लोक कवितासंग्रहसुद्धा विकत घेऊ लागतील, अशी आशा करू या.

पदार्थाचे गुणधर्म आणि रचना यांचं ज्ञान प्राप्त करणं आणि त्याच्या अस्तित्वाबद्दलचे नियम मांडणं हे विज्ञानाचं ध्येय होतं आणि आजही आहे. पदार्थाचे गुणधर्म आपल्या जगण्यासाठी उपयुक्त करण्याच्या आपल्या इच्छेतच तंत्रज्ञानाचं मूळ सामावलं आहे. ह्या तुलनेत वाङ्मयाचं ध्येय काय असतं? माणसाच्या स्वभावाचे गुणधर्म आणि त्याच्या जगण्याचे नियम शोधून काढणं हे एक ध्येय असू शकतं. 'माणसानं कसं वागावं?' ह्या प्रश्नांशी संबंधित तंत्र म्हणजेच वाङ्मयाचं तंत्रज्ञान अशी व्याख्या करता येईल. केवळ मनोरंजनासाठीच किंवा वेळ घालवण्यासाठी लिहिलं जाणारं साहित्य हादेखील वाङ्मयीन तंत्रज्ञानाचा एक प्रकार असू शकतो. ऐहिक सुखोपभोगाच्या गरजा भागविण्यासाठी जसं तंत्रज्ञान निघालं तसंच मनोरंजनाची गरज भागवणारं वाङ्मयीन तंत्रज्ञानही निघालं आहे. आजच्या अशा लोकप्रिय, रंजक वाङ्मय देणाऱ्या वाङ्मयीन तंत्रज्ञानाचं काय होईल? मला असं वाटतं की, लोकप्रिय लिखाणाची जागा मोठ्या प्रमाणावर इलेक्ट्रॉनिक माध्यमांनी घेतली जाईल.

विज्ञान आणि साहित्य यांची तुलना मी आणखी थोडी पुढे ताणेन. शुद्ध विज्ञान, अकृत्रिम विज्ञान हे पदार्थाच्या गुणधर्मांचा आणि त्याच्याशी संबंधित नियमांचा अभ्यास घडवते. तसेच शुद्ध वाङ्मय, अकृत्रिम वाङ्मय हे माणसाच्या संवेदनशीलतेचे आणि अस्तित्वाचे नियम शोधण्याचा प्रयत्न करते असं आपण म्हणू या. अशा शुद्ध अकृत्रिम वाङ्मयाची गरज येत्या शतकात जास्तीत जास्त भासणार आहे. 'जीवनाचे रहस्य काय आहे?' हा प्रश्न जोपर्यंत उभा

आहे तोपर्यंत हे शुद्ध आणि अकृत्रिम वाङ्मय सांगत राहील. जर एखाद्याला जीवनाचं एखादं रहस्य उलगडलं, तर ते इतरांसाठी सांगितलंच पाहिजे असं त्याला अगदी आतून वाटेल. ह्यातून तो शुद्ध वाङ्मयाची निर्मिती करेल. जीवनाची रहस्यं सगळ्यांनाच कळणं ही परिकल्पना जर खरी झाली तर काय होईल? सगळेच गाऊ लागतील आणि ही रहस्यं वर्णन करकरून सांगू लागतील. शुद्ध वाङ्मयाची संबद्धता अशी कालातीत/ कालनिरपेक्ष असते.

आता, येत्या शतकात भारतीय वाङ्मयाची संबद्धता काय असेल ह्या प्रश्नाकडे वळू या. भारतीय वाङ्मय येत्या शतकात कितपत सुसंगत असेल? कुणाशी सुसंगत असेल? आपल्याशी? इतरांशी? का दोघांशी?

स्वातंत्र्यानंतरच्या काळात आपल्या वाङ्मयीन संस्कृतीत काही विलक्षण गोष्टी घडल्या. समाजाच्या निरनिराळ्या थरांतून लेखक उदयाला येऊ लागले. ह्या स्तरांशी निगडित स्थितींच्या प्रतिमा वाङ्मयात दिसू लागल्या. ह्या स्तरांशी निगडित प्रश्न जोमानं आणि प्रभावीपणानं मांडले जाऊ लागले. सामाजिक उच्च-नीचतेच्या कल्पनांना अनेक हादरे बसले. साहित्याचं विशेष, ठळक अक्षरी स्थान नष्ट होऊन त्याचं स्वरूप सर्वांसाठी वाङ्मय असं झालं.

स्वातंत्र्योत्तर काळात अभ्यासावर ज्याप्रमाणे तंत्रज्ञान आणि उपयोजित विज्ञान यांचा प्रभाव दिसतो त्याचप्रमाणे ह्या काळातल्या वाङ्मय निर्मितीत एक प्रकारच्या उपयोजित समाजशास्त्राचा समावेश दिसतो. ह्या शुद्ध, स्वाभाविक विज्ञानाच्या संशोधनात अनेक मोठ्या गोष्टी घडल्या; पण पदार्थाच्या एखाद्या महत्त्वाच्या गुणधर्माबद्दल किंवा निसर्गाच्या एखाद्या नियमाबद्दल एकही मोठा शोध लावला गेला नाही. प्रवृत्तीच्या रचनेबद्दल एकही महत्त्वाचा सिद्धांत मांडला गेला नाही. ह्या काळात अस्तित्ववाद, सर्रिॲलिझम, मार्क्सवाद, ॲबसर्डिटी आणि स्त्रीवाद या विचार पद्धतींनी भारतीय जीवनाचा ठाव घेण्याचा प्रयत्न केला; परंतु ह्याच स्वातंत्र्योत्तर काळात कोणत्याही सर्जनशील वाङ्मयीन कृतीतून मनुष्यस्वभावाचे गुणधर्म किंवा जगण्याचे नियम शोधण्याचा प्रयत्न झाला असं खात्रीनं म्हणता येणार नाही.

विसाव्या शतकाच्या उत्तरार्धात भारतीय समाजाची अस्मिता जागी करण्याचे - प्रसंगी भडकवण्याचेही - अनेक प्रयत्न झालेले दिसतात. घोषणा, नारेबाजी चालू असलेली दिसते; पण केवळ घोषणांनी जागृती येऊ शकेल का? का झोप नुसती थोडीशी चाळवली जाईल? येत्या शतकातलं वाङ्मय हे सारे प्रश्न समजावून घेण्याशी संबद्ध असेल. झोप चाळवली जाणं हे आम्हाला नको आहे. आम्हाला एक निरोगी, उत्साहदायी जागृती हवी आहे. हे साध्य होण्यासाठी आपल्या समाजानं आणि त्यातल्या प्रत्येक व्यक्तीनं कोणतीतरी अस्सल निर्मिती केली पाहिजे. अशा प्रकारच्या अस्सलतेची

उत्कृष्ट इच्छा (ध्यास?) आपल्या वाङ्मयातून प्रगट झाली तर त्यातून काहीतरी अस्सल गोष्ट निर्माण होईल. येत्या शतकांत भारतीय लोकांचं इतर देशांतल्या लोकांशी आणि इतर संस्कृतीशी आदान-प्रदान मोठ्या प्रमाणावर होण्याची शक्यता आहे. त्या परकीय प्रदेशांमध्ये आपण कसे वावरणार आहोत? परदेशातले लोक आणि त्यांच्या संस्कृती यांना आपण कसे तोंड देणार आहोत? असे प्रश्न येत्या शतकांत उद्भवतील असं मला वाटतं. परक्या संस्कृतीमधून आपण काही ना काही नक्कीच घेणार आहोत. त्या बदल्यात आपणही त्यांना काहीतरी दिलं पाहिजे असं आपल्याला नक्कीच वाटेल. आणि जगण्यासाठी हुबेहूब, वास्तव गोष्ट देणं हे सर्वश्रेष्ठ प्रकारचं दान आहे. ही एक अशी गोष्ट आहे जी आपण वाङ्मयातून शिकू शकतो. आणि वाङ्मय हेच मुळात जगण्याचं वास्तव असल्यामुळे जे द्यायचंय ते वाङ्मयाच्याच रूपात द्यावं असं आपल्याला वाटू शकतं. मनुष्यस्वभावाचे गुणधर्म आणि जगण्याचे नियम शोधून काढून ते जगापुढे मांडावेत असंही आपल्याला वाटू शकतं. आपली अशीही बौद्धिक आकांक्षा असू शकते की, आपण शोधलेले स्वभावाचे गुणधर्म आणि जगण्याचे नियम बाहेरच्या जगानं घ्यावेत. जेणेकरून त्यांचा उपयोग जगातल्या इतर लोकांच्या आणि इतर संस्कृतीच्या विकासासाठी होईल. या दृष्टिकोनातून वाङ्मयाला येत्या शतकांत एक महत्त्वाची भूमिका निभावता येऊ शकेल.

हाच मुद्दा एका वेगळ्या दृष्टीनं मांडता येऊ शकेल. भारतीय समाजात हिंदुत्वावर मोठी चर्चा चालू असते. ही चर्चा भारतीय वाङ्मयातही उमटणं स्वाभाविक आहे. बऱ्या, वाईट किंवा तटस्थ अशा काही कथा या विषयावर लिहिल्या जाण्याची शक्यता आहे; पण काळाच्या ओघात हिंदुत्ववादाच्या राजकारण्यांनी लावलेल्या अर्थापेक्षा वाङ्मयीन कलाकारांनी लावलेला अर्थ हा जीवनाचा उत्तम दर्शक ठरेल. याचं कारण असं की, जगण्यात अनिवार्य असलेली सूक्ष्मता आणि गुंतागुंत ही तितक्याच अनिवार्यपणे वाङ्मयातही प्रतीत होत असते. जीवनात अपरिहार्यपणे असणाऱ्या विसंगती आणि विरोधाभास या गोष्टी वाङ्मयात चांगल्या तऱ्हेने प्रकट होत असतात. आकलनाची ही प्रक्रिया वाङ्मयातून निर्माण होऊ शकते.

अध्यात्म हे भारतीय संस्कृतीचं एक महत्त्वाचं लक्षण आहे असं नेहमी म्हटलं जातं. भारतीय मनही अनेक प्रसंगी बचावासाठी अध्यात्माचा आधार घेत असतं. यामुळे बनावट अध्यात्माच्या प्रथा बळावत जातात. आपल्याकडे नाहीतरी स्वामी, गुरू, साधू आणि साध्वी यांची गोंगाट गर्दी झालेली आहेच. असल्या प्रकारच्या खोट्या अध्यात्माचं पितळ उघडं करण्याचा प्रयत्न भारतीय वाङ्मयानं नेहमीच केलेला आहे. वाङ्मयाला हे काम येत्या

शतकात जास्त जोरानं करावं लागेल. शिवाय त्याला एका महत्त्वाच्या प्रश्नाला सामोरं जावं लागेल, की पारलौकिक अशी कुठली गोष्ट खरोखरच असते का? अध्यात्माच्या क्षेत्रात गेल्या अनेक शतकांपासून नव्याने कोणत्याही गोष्टीचा शोध लागलेला नाहीय. फक्त जुन्याच गोष्टी पुन्हा पुन्हा सांगितल्या आणि लिहिल्या गेल्या आहेत. या संदर्भात वाङ्मयाला नवे शोध येत्या शतकांत लावावे लागतील.

'कळ' ही मी लिहिलेली नवी कादंबरी आहे. (कळ म्हणजे वेदना, चावी आणि भांडण). तीत एक ''गोष्ट नाही'' नावाची छोटी कथा आहे. ती मी इथं उद्धृत करतो:

डॉक्टरांनी मोटार गॅरेजवाल्याची आशा सोडून दिली म्हटल्यावर सगळे जण गोळा झाले. मोटार गॅरेजवाल्याचे बहीण, भाऊ, मामा, काका, लांबचे नातेवाईक ह्यांचेशी संबंध तुटलेले होते, तेही लांबून लांबून आले. मोटार गॅरेजवाला शेवटचे क्षण मोजतोय म्हटल्यावर त्याचे तुटलेले मित्रही आले. मोटार गॅरेजवाल्याचा आत्ता प्राण जाईल, मग प्राण जाईल - सगळे वाट पाहत होते.

ती रात्र गेली, दिवस गेला, पुढचा दिवस गेला, आठवडा गेला.

एक जण मोटार गॅरेजवाल्याच्या कानाशी तोंड लावून म्हणाले, 'तू काळजी करू नकोस, तुझे उर्वरित आम्ही नीट करू.'

मग हरेकानेच अशा प्रकारची वचने मोटार गॅरेजवाल्याच्या कानाशी दिली. आणि सगळे मोटार गॅरेजवाल्याचे मरण पूर्ण व्हायची वाट पाहत होते. दिवस गेला. रात्र गेली. दिवस गेले. रात्री गेल्या. मोटार गॅरेजवाल्याचे मरण पूर्ण होईना.

'तुझे प्राण कशात अडकलेत? तुझी कोणती इच्छा उरलीय? सांग. आम्ही पूर्ण करू.' एकजण मोटार गॅरेजवाल्याच्या कानाशी म्हणाले.

'तुझी इच्छा कशात अडकलीय, सांग. आम्ही पूर्ण करू.' जमलेले सगळे म्हणाले.

'मला गोष्ट सांगा. मग मी कायमचा झोपी जातो.' मोटार गॅरेजवाला म्हणाला. एकजण भ्रष्टाचारावर भाडभाड बोलला. एकजण जातीयतेवर फडाफडा बोलली. एकजण दहशतवादावर हूमहूम बोलला. एकजण धाडधाड आर्थिक धोरणावर बोलला. मोटार गॅरेजवाल्याचे मरण पूर्ण होईना. काकीला हार्टअॅटॅक आला. तिला आयसीयूत ठेवले. तिची बायपास झाली. ती मोटार गॅरेजवाल्याला भेटायला आली. मोटार गॅरेजवाल्याचे मरण पूर्ण होईना.

एका लांबच्या नातेवाइकाला कॅन्सर झाला. त्याची केमोथेरपी झाली. बोनस आयुष्य जगून सेकंडरीज पुन्हा शरीरभर झाल्या. तो गेला. मोटार गॅरेजवाल्याचे मरण पूर्ण होईना. बहीण राजकारणात गेली. नंतर ती थाटामाटात मोटार गॅरेजवाल्याला भेटायला आली. मोटार गॅरेजवाल्याचे मरण पूर्ण होईना. वडील अध्यात्मात गेले. डॉक्टर अमेरिकेत गेले.

मामा ऑफिसला गेला. मामी डायव्होर्स घेऊन गेली. मोटार गॅरेजवाला एकटाच उरला.

रात्र वाढत होती.

काय करावे? कुठे जावे?

मोटार गॅरेजवाला हळूहळू जात राह्यला.

'मोटार गॅरेजवाल्या, परिवर्तनवादी हो.'

'परिवर्तनाची गोष्ट सांगा.'

'मोटार गॅरेजवाल्या, पुनरुज्जीवनवादी हो.'

'पुनरुज्जीवनाची गोष्ट सांगा.'

'मोटार गॅरेजवाल्या, धर्मवादी हो.'

'धर्माची गोष्ट सांगा.'

'मोटार गॅरेजवाल्या, निधर्मवादी हो.'

'निधर्माची गोष्ट सांगा.'

'मोटार गॅरेजवाल्या, आमच्या झेंड्याखाली ये.'

'झेंड्याची गोष्ट सांगा.'

मोटार गॅरेजवाला मार खात रस्त्याने जात राह्यला.

मग मोटार गॅरेजवाला एका इमारतीच्या भिंतीला पाठ टेकवून बसला. मोटार गॅरेजवाला मोटार गॅरेजवाल्यास म्हणाला, 'स्वत:शी संवाद कर.' मोटार गॅरेजवाल्याने मोटार गॅरेजवाल्याचा जबडा उघडला. 'अरे काय रे हे?' मोटार गॅरेजवाला मोटार गॅरेजवाल्याला म्हणाला, 'हा काय स्वत:शी संवाद की आतख्यालीपणा रे? बघ. बघ. शब्द. शब्द. तोंडात तुझ्या शब्द. लाळेत तुझ्या शब्द. जिभेवर, हिरड्यातनं, टाळूवर, दातात, घशात, ... सगळीकडे शब्द पाहा पाहा. घश्यानं शब्द छातीत जातायत, छातीतून घशात जातायत, छातीतून, घश्यातून, डोक्यात जातायत. डोक्यातून छातीत, घश्यात, तोंडात जातायत, येतायत.'

अगदी वाईट रडण्याचा आवाज आला. मोटार गॅरेजवाला उठला, रडण्याच्या आवाजाच्या दिशेने जात जात राहिला. एका खोलीत पोहोचला.

तिथे बाळ जन्माला आले होते.

मोटार गॅरेजवाला बाळाच्या कानात म्हणाला, 'माझ्या बाळा, तू जन्माला आलायस, पण ह्या समाजात गोष्ट नाही, नुसते विचार आहेत.'

आणि मोटार गॅरेजवाला एकदम घाबरला, की गोष्ट नाही म्हटल्यावर बाळाला शॉक बसेल आणि बाळ मरणे सुरू करेल.

बाळ हिंस्रपणे वाढू लागले.

कथा सांगणे आणि लिहिणे ही गोष्ट संस्कृतीमध्ये अत्यंत महत्त्वाची असते. कथाच आपल्याला चांगलं काय, वाईट काय याचं आकलन घडवत असते.

भारतीय माणूस किती प्रमाणात वाचक आहे? या प्रश्नाचं उत्तर देण्यापूर्वी केरळ, बंगाल, गुजरात वगैरेंमधल्या भाषांच्या वाचन संस्कृतीचा अभ्यास करायला हवा. इथे महाराष्ट्रातल्या वाचन संस्कृतीबद्दल काही गोष्टी मला सांगितल्या पाहिजेत. इकडे बहुतांशी वर्तमानपत्रं आणि मासिकांचं वाचन चालतं. भावनाप्रधान, सनसनाटी कथा आणि कादंबऱ्यांपुरतीच वाङ्मयीन अभिरुची मर्यादित झाली आहे. नवोदित किंवा धंदेवाईक कवींकडून कविता म्हटल्या जातात. काव्य वाचलं किंवा ऐकलं जात नाही, ते पाहिलं जातं - कानावर पडू दिलं जातं. धार्मिक ग्रंथांचं वाचन सर्वदूर दिसतं; पण त्यास सक्रिय वाचन म्हणता येत नाही. वाचनाच्या क्रियेतून डोक्यावर ताण पडता कामा नये असंच सामान्य वाचकांचं ध्येयवाक्य असतं.

असं असूनही, गांभीर्यानं लिहिणाऱ्या लेखकाला तसेच गंभीर वाचक, मूठभर का होईनात, पण मिळतातच असं म्हणावं लागेल. केवळ मोठ्या शहरांतच नव्हे तर छोट्या शहरांत आणि खेड्यांमध्येही ते विखुरलेले असतात. गेल्या वीस वर्षांमध्ये आपल्या खेड्यांपर्यंत बँका, दवाखाने, विमा, उच्च शिक्षण अशा ठराविक सेवा पोहोचल्या आहेत. या वर्गात काही गंभीर वाचक नक्कीच असतात. अशा ठिकाणी शॉपिंग, क्लब, सिनेमा, नाटक अशी शहरी विरंगुळ्याची ठिकाणं उपलब्ध नाहीत, आणि येत्या ५० वर्षांमध्ये तिथे ती पोहोचण्याची शक्यताही नाही. यातून आपल्या खेड्यांमध्ये एक गंभीर वाचकवर्ग उदयाला येऊ शकतो. साक्षरता प्रसाराची मोहीम मोठ्या उत्साहात चालवली जात आहे; पण साक्षरतेच्या माध्यमातून चांगली वाङ्मयीन अभिरुची तयार झाली पाहिजे हे अद्याप समजत नाहीय. जाहिरातींमध्ये दाखवतात की साक्षरतेमुळे पोस्टमननं आणलेलं नातलगाचं पत्र वाचता येतं, किंवा तुमच्या पगारपत्रकावर सही करता येते. साक्षरतेमुळे वाङ्मयातून आनंद आणि समाधानही प्राप्त करता येते, हे लोकांना येत्या शतकांत कळेल अशी आशा मी करतो. येत्या शतकांतल्या वाङ्मयाला हे साध्य करावंच लागेल. वाचनाची सवय वाढीस लागावी म्हणून एक जोरदार चळवळ महाराष्ट्रात सुरू झालेलीच आहे.

येत्या शतकात वाचकांची संख्या वाढेल का? ती किती वाढेल? अर्थात, अशा प्रश्नांच्या उत्तरावर वाङ्मयाची निर्मिती अवलंबून नसते. लेखक हा वाचकांसाठी लिहितो हे खरंय; पण तरीही तो वाचकांची संख्या आणि प्रकार मोजून लिहीत नसतो. 'वाङ्मय

सुसंगत आहे किंवा नाही?' ह्या त्रासदायक प्रश्नांबद्दलचं वाङ्मयही येत्या शतकात लेखक निर्माण करतील. या प्रश्नासारखे इतर अनेक प्रश्न आपल्यापुढे उभे असतील. या प्रश्नांना सामोरे जाण्याचा एक मार्ग वाङ्मय हा असेल.

खरा प्रश्न आहे की, अस्सल वाङ्मयाची निर्मिती आपण कशी करू शकू?

हा निबंध तयार करताना प्रा. अरुण भागवत (पुणे), प्रा. चंद्रकान्त पाटील, प्रा. रवींद्र किंबहुने (औरंगाबाद) आणि नचिकेत पटवर्धन (पुणे) यांच्याबरोबर केलेली चर्चा उपयोगी पडली. या निबंधाच्या इंग्रजी भाषांतरासाठी मला माझे मित्र डॉ. चंद्रशेखर जहागीरदार (शिवाजी विद्यापीठ, कोल्हापूर) यांनी मदत केली.

तुम्हा सर्वांना भेटून तुमच्याशी ही वैचारिक देवाणघेवाण करण्याची संधी मला दिल्याबद्दल मी केरळ साहित्य अकादमीचा ऋणी आहे. शेवटी, तुम्ही सर्वांनी चिकाटीनं हे ऐकलंत त्याबद्दल मी तुमचे आभार मानतो.

इंग्रजीवरून अनुवाद - विजय दिवाण

(१९९७)

डॉ. लागूंना 'विष्णुदास भावे पुरस्कार' देण्याच्या निमित्ताने सांगलीत केलेले भाषण

रसिक श्रोतेहो,

गेले कित्येक दिवस मी डॉक्टर लागूंबद्दल विचार करत होतो. आणि ते विचार शब्दांत, वाक्यांत जुळवत नव्हतो. विचार होत राहण्याच्या स्थितीत मी राहत होतो. अकस्मात आज योग आलाय आणि डॉ. लागूंबद्दलचे विचार मी शब्दांत, वाक्यांत मांडून पाहत आहे.

डॉ. लागूंबद्दल मला तीन बाबी सांगायच्यात. त्या अशा : एक, देखणेपणा; दोन, मग्नपणा; आणि तीन, दंगपणा.

मराठीतल्या महत्त्वाच्या लेखिका, इथल्याच, सांगलीच्या कमल देसाई एकदा मला म्हणाल्या, डॉ. लागू अजूनही अगदी देखणे आहेत. देखणेपणाचा सगळा अर्थ स्पष्ट होईल इतकी ऊर्जा कमल देसाईंनी बोलताना वापरली होती.

पुण्याच्या बालगंधर्व नाट्यगृहाच्या मागच्या बाजूला, जिथे नाटक कंपनीच्या गाड्या थांबतात, तिथे डॉ. लागू एका झाडाखाली एकटेच उभे होते. नदीच्या पात्राकडे बघत उभे होते. त्यांच्यापासून दहाएक फुटांवर मी उभा होतो. डॉ. लागू नदीच्या पात्राकडे बघत होते. कसे बघत होते? अगदी मग्नपणे. डॉ. लागू एकांतसुद्धा देखणा करू शकत असणार. एकांताला देखणं करणं अत्यंत अवघड गोष्ट असते. एकांतात माणूस विद्रूप होण्याची खूप शक्यता असते. डॉ. लागू नदीच्या पात्राकडे अत्यंत मग्नपणे पाहत होते. तो त्यांचा अभिनय

नव्हता; पण रंगमंचावर असे मग्नपणे पाहण्याचे दृश्य करायची वेळ आली तर डॉक्टर डिट्टो तो मग्नपणा दाखवू शकतील.

डॉक्टर लागू काय करत असावेत? डॉ. लागू बुद्धी सरळ करून मग्नपणा म्हणजे काय, ते जाणून घेत असतील. मग्नपणाच्या अवस्थेत मन कसे असते, ते जाणून घेत असणार. मग मग्नपणात चेहऱ्यावरच्या स्नायूंची ठेवण कशी असते, ते जाणून घेत असणार, हात शरीराशी कसे ठेवायचे, हे शोधणार, उभं राहताना दोन पायांत अंतर किती - तेही शोधत असतील. बुद्धीने हे एकदा जाणून घेतले की मग ते जाणणे डॉक्टरांच्या प्रतिक्षिप्त क्रियेत जमा होत असणार आणि तरी त्या क्रियेवर पुन्हा बुद्धीने लक्ष असणार. अशी असावी डॉक्टरांची अभिनयाची उपपत्ती कदाचित. डॉक्टर लागू रंगमंचावर दंग होऊन जातात.

डॉक्टर लागू दंग होऊन काम करणारा माणूस आहेत. सगळीकडे. फक्त रंगमंचावर नव्हे. आपल्या कामात दंग असणारा माणूस देखणा असतोच आणि संस्कृतीला देखणेपण बहाल करतो. दंग होऊन काम करणारा माणूस आपले विचार, निष्कर्ष, अनुमानं व्यक्त करताना कसली स्ट्रॅटेजी आखत नाही, राजकारण करत नाही. तो उघडउघड वागतो, मोकळेपणा निर्माण करतो. स्वातंत्र्य निर्मितो.

डॉ. लागूंकडे पाहत मला असे म्हणावेसे वाटतेय की, दंग होऊन आपापली कामे करणारी माणसे खूप व्हावीत आणि आपली संस्कृती देखणी व्हावी - एवढे मला बोलायचे होते. थांबतो आता. धन्यवाद.

(५ नोव्हेंबर १९९७)

मराठी साहित्य महामंडळाने केलेल्या सत्काराला उत्तर देताना केलेले भाषण

मंचावरील माननीय आणि मंचासमोरील माननीय, आजच्या ह्या प्रसंगाविषयी मला प्राचार्य ठाले पाटील यांचा फोन आला, तेव्हा ठाले पाटील सरांना मी विचारले, अखिल भारतीय मराठी साहित्य महामंडळाने आत्तापर्यंत कधी साहित्य अकादमी पुरस्कार विजेत्यांचा सत्कार केलेला नाही, माझाच सत्कार करायचा हेतू काय? मला संकोच वाटतोय. महाराष्ट्र साहित्य परिषद, पुणेने सत्कार करायचे ठरवले असते, तर ते एका साध्या गोष्टीने मला समजले असते. ती साधी गोष्ट म्हणजे, मी पुण्यात राहतोय, साहित्य परिषदही पुण्यात राहतेय. तेव्हा प्राचार्य ठाले पाटील म्हणाले, अखिल भारतीय मराठी साहित्य महामंडळाने असा ठराव पास केला आहे की, ह्यापुढे नेहमी अखिल भारतीय मराठी साहित्य परिषद साहित्य अकादमी पुरस्कार विजेत्याचा सत्कार करेल. प्राचार्य ठाले पाटलांनी त्यांच्या भाषणात हे सांगितले आहे. ठीक आहे, माझ्यापासून हे सुरू होत आहे. योगायोग किंवा नशीब. कुणापासून तरी सुरू होणार, तर माझ्यापासून सुरू होतेय. ह्यापुढे हा कार्यक्रम नियमितपणे व्हावा, अशी अपेक्षा. ज्या लेखकाला साहित्य अकादमी पुरस्कार मिळेल, त्या लेखकाची साहित्य कृती आवडो ना आवडो, पटो ना पटो, अखिल भारतीय मराठी साहित्य महामंडळाने त्या लेखकाला योग्य प्रकारे निमंत्रण द्यावे. कोरडे पत्र लिहू नये. एक माणूस दुसऱ्या माणसावर कमीत कमी किती प्रेम करतोच, त्या प्रेमातून सत्कार करावा.

समीक्षालेखनात अशी पद्धत आहे : आधी साहित्यकृतीचे धन मुद्दे मांडायचे व नंतर ऋण मुद्दे मांडायचे. नाईलाजाने मी ऋण मुद्दे मांडतो. म्हणजे साहित्य अकादमी पुरस्काराची नोंद घेतली नाही, अशा घटकांची माहिती देतो.

१. केंद्रातले सांस्कृतिक मंत्रालय
२. महाराष्ट्र शासन
३. राजकीय पक्ष - मराठीचे अभिमानी असे राजकीय पक्षही
४. मराठी खासदार
५. मराठी आमदार
६. पुण्याचे महापौर
७. पुण्याचे नगरसेवक
८. पुण्यात मी राहतो, त्या विभागाचे आमदार, नगरसेवक.

आता मी काही संकीर्ण मुद्दे मांडतो :

१. दिल्लीला 'रायटर्स मीट'मध्ये मीही छोटे भाषण वाचले. त्यात पुरस्कार प्रक्रियेविषयी मुद्दे होते. ते मी इथे मांडू इच्छितो : १) परीक्षकांची नावे आधीच जाहीर करावीत. २) शॉर्टलिस्टही आधी जाहीर करावी. ३) परीक्षकांची चर्चा टेप करावी आणि प्रसिद्ध करावी.

   पुरस्कार परीक्षकांवर अवलंबून असतात. असणारच. त्यांनी लावलेल्या कसोट्या समजायला हव्यात.

२. प्रा. रवींद्र किंबहुने म्हणतात : आपली वाचनसंस्कृती क्षीण असल्याने पुरस्कार महत्त्वाचे ठरतात.

   पुस्तक वाचले जाणे सर्वात महत्त्वाचे. त्याखालोखाल पुस्तकाची समीक्षा आणि शेवटी पुरस्कार, अशी शिडी हवी.

३. वाचनसंस्कृतीवर बऱ्यापैकी चर्चा चालू आहे. वाचनसंस्कृतीबद्दल मला चार मुद्दे मांडावेसे वाटतात :

   १. वाचकांचे स्तर आहेत, त्याविषयी संशोधन व्हावे.
   २. वाचकांच्या स्तरांनुसार वाचनप्रक्रियेचे संशोधन व्हावे.
   ३. वाचकांची विषय ते घाट ते भाषा ते आशय ह्याबद्दल जाण वाढेल कशी? ह्यावर संशोधन व्हावे.
   ४. साहित्याची वाचनीयता ह्यावर संशोधन व्हावे.

असे संशोधनप्रकल्प साहित्य संस्थांनी घ्यावेत.

४. असे संशोधनात्मक लेखन वर्तमानपत्रांनी प्रसिद्ध करावे. वर्तमानपत्रांनी 'वर्तमानपत्री लेखक' ह्या वर्णनातून बाहेर पडावे. लेखन सोपे असावे, स्पष्ट असावे हे ठीक; पण आशयच सोपा असावा, हे ठीक नाही.
५. टीकालेखन साहित्यातल्या विषयाविषयी बोलते. आशयाविषयी बोलत नाही, घाटाविषयी तर नाहीच.

टीकाकारांनी बुद्धी पणाला लावून टीकेची प्रमेये शोधावीत. सार्वजनिक उपक्रमात जेवढ्यास तेवढा वेळ द्यावा.

लेखकांनी आपापल्या छोट्या गटांत विषय, घाट, भाषा, आशय ह्याचा अभ्यास करावा.

आपल्याकडे अजून लिखाणाच्या तांत्रिक बाजूचा अभ्यास, चर्चा नाहीत. असे संपादक नाहीत. सिनेमा एडिट करतात, तसे लिखाण एडिट करणारे नाहीत. अशा व्यावसायिक संपादकांची गरज आहे.

कथात्मवाङ्मयाचा समाजावर परिणाम होईल, असे दिवस अजून आले नाहीत. साहित्याचा व्यवहार अजून हितसंबंधांवर अवलंबून आहे. साहित्य हा समाजाचा मुख्य प्रवाह नाहीय. साहित्यिक उपक्रम समाजाच्या मुख्य प्रवाहात आहेत, असे म्हणता येईल.

सर्वांवर नाना प्रकारचे दबाव आहेत. एकटी कोणतीच व्यक्ती धैर्य दाखवू शकत नाहीय. प्रत्येक नागरिक दररोज अपमानित होतोय. प्रत्येकजण कधी ना कधी हास्यास्पद होतोय. समाजात नाना विषय उफाळून येत आहेत. केवळ मुद्दे मांडले जात आहेत. मुद्दे मांडताना हिंस्रपणा येतोय. मुद्द्यांची सिद्धता दिली जात नाहीय. दुसऱ्याला पटवण्यासाठी नव्हे, दुसऱ्याला जिंकण्यासाठी नव्हे, दुसऱ्याला हरवण्यासाठी नव्हे, प्रमेय सिद्ध करण्यासाठी शोध घेणे, ही प्रक्रिया सुरू होणे हा मार्ग मला दिसतो. ज्ञानक्षेत्रात प्रमेय मांडणे आणि ते सिद्ध करणे एवढेच असते. आपण ह्यावर विचार करावा.

(२००९)

मराठी साहित्य महामंडळाचा वर्धापन दिन, नागपूर : भाषण

प्रिय अध्यक्ष महोदय आणि ज्ञानोत्सुक मित्रहो,

अखिल भारतीय मराठी साहित्य महामंडळाच्या वर्धापनदिनानिमित्ताने आपल्यासमोर 'साहित्य आणि समाज : तात्त्विक मीमांसा' ह्या विषयावर मी निबंध सादर करत आहे.

समाज जाणवतो कसा ? हे कर, ते करू नको, असे वागावे, तसे वागू नये... असे एक दुसऱ्याला सांगतो, त्यातून समाजाचे अस्तित्व जाणवते. अनोळखी माणसाबरोबर व्यवहार करताना आपल्याला जे आडाखे उपयोगी येतात, त्यातून आपल्याला समाज जाणवतो. रूढी, परंपरा, व्यवहाराच्या पद्धती, उपभोगाच्या पद्धती, स्वत:ला व्यक्त करायच्या पद्धती, स्वत:ला लपवायच्या पद्धती, अज्ञाताबद्दलच्या संकल्पना, अज्ञाताशी वागायच्या पद्धती ह्यातून समाज जाणवतो. लोक असे म्हणतात, लोक काय म्हणतील? अशा वाक्प्रयोगांतून समाज जाणवतो. लोक किंवा लोकं असा समाजासाठी प्रतिशब्द वापरला जातो. म्हणजे जनावरे, वृक्ष, पक्षी, सृष्टी समाजात येत नाहीत. भौगोलिक सीमांवरून समाज ओळखण्याची पद्धत आहे. राजकीय घटनांमधून समाज जाणवतो का? ह्याचे उत्तर 'नाही' असे येईल असा माझा अंदाज आहे. ह्याबाबतचे गणित मांडून पाहायला हवे. शिवाय राजकीय पर्यावरणात समाज ह्या शब्दापेक्षा जनता हा शब्द अधिक प्रचलित आहे. जनतेचे मत काय आहे, ह्याबाबतीत अंदाज बांधले जातात. समाजाचे म्हणणे काय आहे, हे बघितले जात नाही. लोकशाही प्रक्रियेतून समाज जाणवतो का? लोकशाही म्हणजे बहुसंख्येचे

तत्त्व. बहुसंख्यतेच्या तत्त्वापलीकडे समाज असतो. समाज हा कधी एक नसतो. कमीत कमी दोन असतो. बहुतेकदा दोनपेक्षा जास्त असतो. म्हणून समाजसुधारणा केली पाहिजे, झाली पाहिजे - असे तत्त्व निघते. समाजसुधारणांच्या चळवळीवरून समाज जाणवतो. खरे तर प्रत्येक माणसाची ज्याच्याविषयी तक्रार असते, ती गोष्ट म्हणजे समाज. अवघ्या विश्वाबद्दल करुणा वाटणाऱ्या संतांनीही समाजावर टीका केलेली आहे. प्रत्येक माणसाच्या जीवनव्यवहारात समाज दिसून येतो. समाजाला भावभावना असतात का? समाजाला क्षोभ, द्वेष, आदर, उत्सवप्रियता, जल्लोषप्रियता अशा भावभावना असतात. माणसाला असतात, त्यातल्या कोणत्या भावभावना समाजाला असतात, ह्याचा धांडोळा घेता येईल. माणसाला असणाऱ्या भावभावना वा विकार ह्यांपैकी कोणत्या भावभावना वा विकार समाजाला नसतात- ह्याचाही शोध घेता येईल. पैकी, एकीचा उल्लेख मी करतो. समाजाला 'कामभावना', 'कामविकार' नसतो. एकंदरीत समाजाच्या भावभावनांची वा विकारांची संख्या कमी असते. समाजाला मन असते; पण थोडे असते. खूप नसते. समाजाला विचार करता येत नाही. समाजाकडे काही विचार असतात, काही कल्पना असतात, संकल्पना असतात. समाजाकडे शोध घेण्याची वृत्ती नसते. समाजाकडे परमेश्वर ही संकल्पना असते. परमेश्वराचा शोध घ्यायची वृत्ती वा शक्ती नसते. समृद्धी हवी, अशी समाजाची आकांक्षा असते. समृद्धी कशी येईल? ह्याचा शोध समाज घेत नाही. भावभावना कमी असणे, शोध घेण्याची वृत्ती नसणे ह्यावरून समाजाचे गुणधर्म म्हणून समाज ढोबळ असतो, असे म्हणता येईल. विसंगतीचे काय करावे, हे समाजाला समजत नाही. विसंगती समाज पेलूनही धरू शकत नाही. विसंगतींमुळे समाज धक्के खातो. कधी कधी विस्कटून जातो. विसंगतींच्या प्रकरणातून समाजातून तडजोड हे तत्त्व निर्माण होते. तडजोड हे ढोबळपणाचे तत्त्व आहे. किंवा समाज विसंगतीकडे दुर्लक्ष करतो. दुर्लक्ष करणे हे ढोबळपणाचे लक्षण आहे. व्यक्तीला वास्तव जाणवते, तसेच नथिंगनेसही जाणवतो. नथिंगनेस ही गोष्ट समाजाच्या परीघाबाहेरची आहे. म्हणूनही समाजाला ढोबळपणा प्राप्त होतो. समाज ढोबळ असतो, म्हणून व्यक्तीला समाजात एकाकी वाटते.

ढोबळपणा हे विशेषण 'कमीपणा' असे समजण्याचे कारण नाही. प्रश्न हा आहे की, ढोबळपणातून कसल्या प्रकारची सर्जनशीलता येऊ शकते. म्हणजे, समाज सर्जनशील होऊ शकतो का? आणि समाजाच्या सर्जनशीलतेचे स्वरूप काय? ह्या प्रश्नाच्या उत्तरासाठी आपण सर्जनशीलता आणि साहित्य इकडे वळू.

अस्तित्वाचा अर्थ शोधणे, अज्ञाताला स्पर्श करणे, अनेक घटना, रूपे ह्यांचे पृथक्करण करून मूळ काही तत्त्व सापडते का, ह्याचा शोध घेणे, विसंगती पेलून धरून संगतीसाठी वाट पाहणे, शोध घेणे - ही सर्जनशीलतेची लक्षणे आहेत.

व्यक्ती सर्जनशील असू शकते. व्यक्ती निर्मिती करते.

निर्मितीचे अनेक प्रकार ज्ञात आहेत - साहित्य, नर्तन, शिल्प, चित्र, चित्रपट... पैकी चित्रपट हा कलाप्रकार आधुनिक समाजाचा कलाप्रकार म्हटला जातो. चित्रपटात साहित्य, गायन, नर्तन, रंगरेखा कलाप्रकार अंतर्भूत असतात. चित्रपटाखालोखाल साहित्य हा कलाप्रकार येतो. हा कलाप्रकार प्राचीन काळापासून जास्त माहीत असलेला समजला जातो. इच्छा असणाऱ्या कुणालाही साहित्य उपलब्ध होऊ शकते. बाकीच्या इतर कलांना शब्दबद्ध करण्याची ताकद साहित्यात आहे. साहित्यात चित्र येऊ शकते. नाद आणता येतो. साहित्याचा अभ्यास इयत्ता पहिलीपासून अनिवार्य ठेवलेला आहे. तसा शिल्पकला किंवा नृत्य इत्यादी कलांचा अभ्यास अनिवार्य ठरवलेला दिसत नाही. साहित्याच्या अभ्यासासाठी, साहित्याची आवड, ॲप्टिट्यूड आहे की नाही, हे तपासण्याची आवश्यकताही वाटत नाही. साहित्याचा अभ्यास इयत्ता पहिलीपासून सुरू होतो. ह्याचे एक उघड कारण म्हणजे साहित्याचे माध्यम भाषा. आणि भाषा हे समाजघटकांच्या संवाद-व्यवहाराचे माध्यम आहे. अशाप्रकारे साहित्य आणि समाज यांचे संबंध प्राचीनकाळापासून प्रस्थापित झालेले आहेत.

प्रत्यक्ष जगणे सर्जनशील करणे - हा कलाप्रकार माणूसजातीने सदा उंच धरून ठेवलेला आहे. प्रत्यक्ष जगणे सर्जनशील करणे : ह्याला आध्यात्मिक जीवन असे म्हटलेले आहे. आध्यात्मिक जीवनाचा एक पैलू साक्षात्कार ह्या घटनेने सांगितला जातो. माणूसजातीच्या इतिहासातून हे दिसते की, आध्यात्मिक वा साक्षात्कारी व्यक्तींनी साहित्य निर्मिलेले आहे. साक्षात्कारी व्यक्तींनी नर्तन-गायन केल्याच्या नोंदी आहेत. साक्षात्कारी व्यक्तींनी चित्रपट काढल्याच्या नोंदी नाहीत किंवा चित्रपटकला हाताळणाऱ्यापैकी कुणी स्वत:ला साक्षात्कारी घोषित केलेले दिसत नाही. साक्षात्कार ह्याच्या खरेखोटेपणाबद्दल मी इथे काही लिहीत नाहीय, तर साहित्याबद्दल लिहितोय.

जगता येण्यासाठी, जगणे होण्यासाठी किती कळावे लागते? एखादा व्यवहार करण्यासाठी तो व्यवहार किती रुळावा लागतो? एखादी व्यक्ती माझ्या ओळखीची आहे, असे मी म्हणतो, व्यक्ती ओळखीची आहे, असे म्हणण्यासाठी ती व्यक्ती मला किती कळायला हवी असते? माझा भाऊ मला किती समजलेला असतो? एखादे तत्त्व मला किती कळलेले असावे लागते? एखादी भावना मला किती कळलेली असावी लागते? किती कळण्याची क्षमता माझ्यात असायला हवी?... कमीत कमी इतके इतके कळण्यावर भागते, अशी स्थिती समाजातून निघते. प्रेमभावना कमीत कमी किती कळली पाहिजे, ह्याचे प्रमाण समाजात ठरते. तेवढेच साहित्यात यावे, असा गुप्त दबाव मग लेखकावर येतो. ह्या दबावाला काही लेखक मान्यता देतात आणि तसे लिहितात. ह्यातून पॉप्युलर म्हणजे

लोकप्रिय साहित्याचे अस्तित्व सिद्ध होते. कमीत कमी इतका इतका डावेपणा कळला की पुरे - ह्यातून लोकप्रिय डावे साहित्य निर्माण होते. तेच उजव्या साहित्याच्या बाबतीत म्हणता येईल. कमीत कमी इतके इतके कळणे : हा समाजाचा फोर्स एक्झिस्टेन्शिलीझम, सुर्रीलिअलीझम, ॲब्सर्डिटी, ट्रॅजेडी... सगळीकडे काम करतो आणि समाजात ढोबळ शोकान्तिका, ढोबळ प्रेमकथा, ढोबळ धर्मकथा, ढोबळ डाव्यांचे साहित्य, ढोबळ उजवे साहित्य, ढोबळ अस्तित्ववादी साहित्य, ढोबळ ॲब्सर्डिटीचे साहित्य जोर धरते. ह्यामुळे सगळीकडे साहित्य साचेबंद होऊ लागते. साचेबंदपणावर उत्तर म्हणून साहित्यात रूपाचे प्रयोग होतात. ढोबळ वैविध्य पसरून कृतक वाढ होते.

अमूक इतके कळले की भागते - ह्या समाजातून तयार झालेल्या प्रमेयामुळे जीवनातले काही भाग समजण्याच्या क्षेत्रात येत नाहीत. असा एक भाग म्हणजे माणसाचे लैंगिक जीवन. माणसाचे लैंगिक जीवन गुप्त राहते. व्यक्तीला सगळे कळून घ्यायची ओढ असते. ह्यातून लैंगिकतेविषयीचे वाङ्मय व्यक्ती तयार करते. समाज नेहमीच किती कळले पाहिजे, हे प्रमाण ठरवण्याच्या स्थितीत असल्याने लैंगिक वाङ्मयावर समाज त्या दृष्टिकोनातून अंकुश ठेवू पाहतो. व्यक्ती सगळे समजले पाहिजे ह्या भूमिकेतूनही लैंगिक वाङ्मय वाचू पाहते आणि समाज आणि व्यक्तीतला समाज इतके इतके समजावून घे - असा दबाव टाकतो. ह्यातून व्यक्तीत द्वंद्व सुरू होते किंवा व्यक्ती गुपचूपपणे लैंगिक वाङ्मय वाचते आणि समाज म्हणून लैंगिक वाङ्मयाविरुद्धही बोलते. अशाप्रकारे ढोंग तयार होते.

लैंगिकता हीच केवळ गुप्त गोष्ट होत नाही. एकूणेक आणि समग्रपणे आणि मुळापासून समजावून घेणे, कळणे हीही समाजात गुप्त गोष्ट होते. एकूणेक आणि समग्रपणे आणि मुळापासून समजावून घेणे - ह्या प्रेरणेतून अभिजात वाङ्मय आणि विद्रोही वाङ्मय निर्माण होते. अभिजात वाङ्मयात विद्रोही वाङ्मय अंतर्भूत असते; पण विद्रोही वाङ्मय अभिजात वाङ्मय होईलच असे नाही. अभिजात वाङ्मयाची आणि विद्रोही वाङ्मयाची प्रेरणा एकच असते - एकूणेक आणि समग्रपणे आणि मुळापासून कळण्याची प्रेरणा. ज्या वाङ्मयात एकूणेक, समग्रपणे व मुळापासून कळण्याचे घडून येते, ते अभिजात साहित्य. हे क्वचित घडते. अभिजात साहित्य निर्माण होणे हा माणसाचा भाग्ययोग होय. विद्रोही वाङ्मयात सगळे एकूणेक, समग्रपणे आणि मुळापासून कळण्याचे घडत वा साधत नाही. कारण विद्रोही वाङ्मय प्रतिक्रियेतून सुरू होऊन समग्रता पकडू पाहते आणि त्या नादात प्रतिक्रियेला प्राधान्य देते. अभिजात वाङ्मयाची सुरुवात प्रतिक्रियेतून नसते. प्रतिक्रियेची प्रक्रिया समजावून घेण्याची प्रेरणा अभिजात वाङ्मयात असते. एकूणेक, समग्रपणे आणि मुळापासून समजावून घेणे हे अभिजात वाङ्मयात घडते. घडते हे अशा

अर्थाने की माणूस उंच होण्यापासून ते माणूस खाली पडणे ही मोठी रेंज, उंच होणे ते खाली पडणे ह्याच्या प्रेरणांचा धांडोळा - ह्यांचे दर्शन अभिजात वाङ्मयात घडते. ढोबळ समाज थक्क होऊन गप्प बसतो. नंतर समाज अभिजात वाङ्मयाची पूजा करण्याचा ढोबळ मार्ग पत्करतो. एकूणेक, समग्रपणे आणि मुळापासून सगळे समजावून घेण्याच वृत्ती व्यक्तीत असते. तरी व्यक्तीला समाजाच्या संस्कारामुळे तुकड्या-तुकड्याने समजावून घ्यायची सवय लागलेली असते. आणि तुकड्या-तुकड्याने समजावून घेण्याच्या प्रक्रियेमुळे व्यक्ती अभिजात वाङ्मयाचे अनेक अर्थ लावते. अनेकार्थांची शक्यता अभिजात वाङ्मयात असते असे न म्हणता, तुकड्या-तुकड्याने समजावून घेण्याच्या प्रक्रियेमुळे अभिजात वाङ्मयाचे अनेक अर्थ संभवतात असे म्हणता येईल. ह्या प्रक्रियेतून कोणी व्यक्ती अभिजात वाङ्मयातील चुकाही काढून दाखवू शकते. त्या त्या कोनांतून त्या चुका खऱ्याही असू शकतात, तरी सुष्ट आणि दुष्ट प्रेरणांचे अभिजात वाङ्मयात एकूण समग्र दर्शन नाही, असे म्हणू शकत नाही.

अभिजात वाङ्मयातील अनेक अर्थ वा चुका व्यक्तीने काढल्या तरी समाजाला त्याचे घेणे नसते, इतका समाज अभिजात वाङ्मयाचा पूजक बनलेला असतो. एकूणेक आणि समग्रतेने आणि मुळापासून पाहण्याच्या प्रेरणेतून अभिजात वाङ्मयात लैंगिकतेकडे पाहिलेले असते आणि त्यापुढे मग समाज जवळजवळ चूप बसतो. एकूणेक, समग्रपणे आणि मुळापासून पाहण्याची प्रेरणा विद्रोही वाङ्मयामागे असते, तरी विद्रोही वाङ्मयाची सुरुवात प्रतिक्रियेने असते. प्रतिक्रिया ही समाजाच्या अस्थैर्याची गोष्ट असल्याने समाज विद्रोही वाङ्मय मानत नाही. एकूणेक, समग्रपणे, मुळापासून पाहण्याची प्रेरणा व्यक्तीत असते. त्यामुळे व्यक्तीला विद्रोही वाङ्मयाचे आकर्षण वाटते. तरीही व्यक्ती प्रतिक्रियेच्या प्रक्रियेत अडून प्रतिक्रियेची साखळी तयार होऊ लागते. विद्रोही वाङ्मय पुन्हा पुन्हा निर्माण होऊ शकते. विद्रोही वाङ्मय निर्माण करण्याचे शास्त्र तयार करता येईल. अभिजात वाङ्मय निर्माण करण्याचे शास्त्र तयार करता येत नाही.

कमीत कमी इतके कळले की भागते, असे प्रमेय समाजात तयार होते, तरी कसे कळले पाहिजे? ह्याबद्दल समाजाचे काही प्रमेय नसते. त्यामुळे रूपांचे प्रयोग समाजाला चालतात. शिवाय दुर्बोध रूपावरून समाजात कधी क्षोभ निर्माण होत नाही, की समाजापुढे दुर्बोधता ही समस्या होत नाही.

समाज साहित्य निर्माण करत नाही, तसेच समाज साहित्य वाचत नाही. व्यक्ती साहित्य निर्माण करते. व्यक्ती साहित्य वाचते. ह्यावरून व्यक्तीचे गुणधर्म आणि समाजाचे गुणधर्म ह्याबद्दल काही निरीक्षणे नोंदविता येतील.

टाइमपास करण्यासाठी व्यक्ती साहित्य वाचते. काळ व्यक्तीला कळतो. समाजाला काळ जाणवत नाही. भावना चाळवणे ह्यासाठी व्यक्ती साहित्य वाचते. भावनांचा खेळ करावासा वाटतो, भावनांचा खेळ बघावासा वाटतो. समाजाला भावना चाळवणे आवडत नाही. समाजाला स्थितिप्रियतेला उपयोगी शांतता आवडते किंवा तेवढ्यापुरता भावनांचा उद्रेक आवडतो. समाजात उद्रेक करण्यासाठी साहित्याचा वापर केला जातो. समाजसुधारणेसाठी व्यक्ती साहित्य निर्मिते आणि साहित्य वाचते. टिकून राहणे ही समाजाची प्रेरणा असते. कमीत कमी कळून टिकून राहणे - कळण्यासाठी अस्तित्व पणाला न लावणे - अशी समाजाची प्रेरणा, तर आपण एक ना एक दिवस संपणार आहोत, ही व्यक्तीची उपजतच जाण. त्यामुळे अज्ञाताचा वेध व्यक्तीला घ्यावाच वाटतो. त्यातून व्यक्ती साहित्याचे वाचन करते. समाजाचे चित्र व्यक्तीच्या डोक्यात अस्पष्ट असते. समाजाचे चित्र स्पष्ट व्हावे, समाज समग्र, मुळापासून कळावा ह्या प्रेरणेतूनही साहित्याची निर्मिती होते. साहित्यात समाज येतो. समाज कळून येण्याचा एक मार्ग म्हणून व्यक्ती साहित्य वाचते. माहिती मिळवण्यासाठी व्यक्ती साहित्य वाचते. माहिती मिळवावी अशी समाजाची जरूर प्रेरणा असते. इत्यंभूत माहिती मिळवावी अशी समाजाची प्रेरणा नसते. इत्यंभूत माहिती मिळवावी अशी प्रेरणा व्यक्तीची असते. समाजाला इत्यंभूत माहिती नको असणे ह्या आडाख्यावर वर्तमानपत्रे चालतात. वर्तमानपत्रांचे वाचन व्यक्ती करते, तरी वर्तमानपत्र हे समाजाचे साहित्य आहे, असे म्हणता येईल. समाजाला वाचन, मनन, चिंतन ह्या प्रक्रियेऐवजी बघणे, ऐकणे, घडणे ह्यात रस असतो. ह्यावरून, ऐकणे, बघणे, घडणे ह्यात रस असणाऱ्या व्यक्तीत समाज हा भाग जास्त असतो, असे म्हणता येईल. साहित्यात समाज असतो, तसेच व्यक्ती असते. व्यक्तीचे काही समजावून घ्यावे, असे समाजाला वाटत नाही. म्हणून साहित्य ही समाजाची गरज आहे, असे म्हणता येणार नाही. समाजाच्या टिकून राहण्याच्या प्रेरणेवर घाला करणाऱ्या साहित्यकृतीवर समाज क्षोभित होतो.

समाज चांगला आहे - असं म्हणणारी एखादी साहित्यकृती जगाच्या पाठीवर कोणत्याही भाषेत असेल काय? समाजातले अमूक चांगले आहे, असे म्हणणाऱ्या कलाकृती असू शकतात. समाजावर टीका करणाऱ्या साहित्यकृती - हात लावू ती साहित्यकृती ह्या प्रकारात सापडेल.

आधुनिक साहित्याने समाजाचा ढोबळपणा घालवण्याचा प्रयत्न केला. मराठीतल्या आधुनिक साहित्याने देशी ढोबळपणा घालवण्याचा प्रयत्न केला. आता ग्लोबलायझेशन येत आहे आणि आधुनिकोत्तर मराठी साहित्याला परदेशी ढोबळपणा घालवावा लागेल, तशी धडपड करावी लागेल. देशी ढोबळपणा आणि परदेशी ढोबळपणा - दोन्ही गोष्टींवर चिंतन करावे लागेल.

ढोबळपणाचे खरोखर काय करता येईल किंवा येते? ढोबळपणाचे सर्जनशील काय असू शकेल? ढोबळपणाचे समर्थन न करण्याचे एक परिमाण समाजाला देता येईल. ढोबळपणाचे समर्थन न करण्याने समाजाला सभ्यता प्राप्त होते.

समाजात वावरताना जे विचार, मूल्ये, दर्शने जाणवतात, त्यावरून समाजाची एकूण अभिरुची आणि वाङ्मयीन अभिरुची ठरवता येईल. ह्या पद्धतीने समाजाच्या आचाराचा हिशोब मांडायला गेले की विसंगती सापडतात. वर्तमानपत्रांचे अग्रलेख हेच करतात. ढोबळपणाचे समर्थन न करण्याची प्रक्रिया समाजात किती प्रमाणात चालू आहे, ह्यावरून समाजाची अभिरुची, वाङ्मयीन अभिरुची ठरवावी. त्यातून मग आचार व विचार ह्यातल्या विसंगतीची जाणीव किती प्रमाणात आहे, हे दिसून येईल. म्हणजे समाज किती ज्ञानोत्सुक आहे, हे समजेल. समाजातली ज्ञानोत्सुकता हीच सभ्यता होय. समाज ज्ञानोत्सुक असला की, निर्मिती करणाऱ्यांच्या निर्मितीला किमान दर्जा असणे ही गोष्ट संभवते. खरे प्रश्न आणि खोटे प्रश्न हे कळण्याची प्रक्रिया घडू शकते. समाज ज्ञानोत्सुक नसला तरी व्यक्ती ज्ञानोत्सुक असू शकते. समाज ज्ञानोत्सुक असला पाहिजे आणि व्यक्ती ज्ञाननिर्मिती करणारी पाहिजे. एखादी व्यक्ती अस्तित्वाच्या खऱ्या प्रश्नाने भारून जाते आणि त्या प्रश्नाच्या सोडवणुकीसाठी एकाकीपणेही जीवन पणाला लावून निर्मिती - साहित्यकृतीची निर्मिती वा जीवनकृतीची निर्मिती - व्यक्ती करते. निर्मितीत केवळ आनंद नसतो, वेदनाही असते. निर्माण केलेली निर्मिती व्यक्ती स्वत:जवळही ठेवून देते किंवा समाजाला अर्पून टाकते. सामाजिक बांधीलकीचे तत्त्व मोठ्या प्रमाणात मान्य आहे, तरी दोन्ही प्रकारची उदाहरणे साहित्याच्या इतिहासात आहेत. तरीही साहित्यकृती ही समाजासाठी आहे. म्हणजे समाजातल्या कोणासाठीही आहे. अमूक व्यक्ती अशी खास निवड न करता, सर्वांसाठी - असा दृष्टिकोन बहुधा समग्रतेचे लक्षण आहे. साहित्यकृती विकणे - साहित्यकृतींची दुकाने असतात. लेखक लिखाणावर पैसा मिळवू पाहतो. साहित्याचे हे व्यापारतत्त्व आहे, पैशांसाठी लिहिणे ते केवळ लिहिणे - अशी मोठी रेंज साहित्यकृतींबाबत दिसते. पैशांपलीकडेही साहित्यनिर्मितीची प्रेरणा असते. ह्या दोन्ही प्रेरणांची समाजाला जाण असते. पैशांसाठी लेखन करणाऱ्याबद्दल समाजात तशी नफरत नसते; पण पैशांपलीकडे राहून लेखन करणाऱ्याबद्दल समाजात जास्त आदर असतो; पण साहित्यकृती आपल्याला - व्यक्तीला काही देतेय का? - हा प्रश्न समाजात महत्त्वाचा ठरतो.

मराठी समाज आणि मराठी साहित्य याबद्दलची काही निरीक्षणे मी नोंदवू इच्छितो. मराठी समाजात 'मौखिक परंपरा' जास्त आहे. मराठी समाज साहित्य वाचण्यापेक्षा साहित्यावर बोलणे, ऐकणे जास्त करतो. लेखकाला लिखाण करण्याऐवजी बोलण्याकडे

जास्त वळवतो. त्याचा परिणाम होतोच. लेखन कमी होते, वा लेखनाचा दर्जा घसरतो.

मराठी साहित्याची प्रेरणा बहुतांशी सामाजिक सुधारणा ही राहिली. आधुनिक साहित्यात, भाषेची निर्मिती, थेटपणा हे गुण आले. मनोविश्लेषण, अस्तित्ववाद, ॲब्सर्डिटी - अशा गोष्टीही साहित्यात वापरल्या गेल्या. समाजसुधारणांचे तत्त्व साहित्यात वापरणे, मनोविश्लेषणाचे तत्त्व साहित्यात वापरणे, अस्तित्ववाद वापरणे, ॲब्सर्डिटीचे तत्त्व वापरणे - असे माहीत असलेले साहित्यात वापरणे - ह्याला मी 'उपयोजित साहित्य' म्हणू इच्छितो. आणि अस्तित्वाचा एखादा तरी नवाच गुणधर्म साहित्यातून शोधला जाणे - ह्या साहित्याला मी 'शुद्ध साहित्य' म्हणतो. 'शुद्ध साहित्य' मराठीत निर्माण होत नाहीय- अशी तक्रार करावीशी वाटतेय. ज्ञानोत्सुकता समाजात अजून येऊ शकलेली नाही. आधुनिक साहित्याने ज्ञान ह्या प्रेरणेला हात घातला नाही. साहित्य हे हौस म्हणून निर्माण होत आहे काय? व्यक्तीचा छंद म्हणून व्यक्तीच्या साहित्यनिर्मितीकडे समाज पाहतो आहे काय? हौस किंवा छंद ह्याचे ज्ञानाच्या प्रेरणेत कसे रूपांतर होते? ज्ञान म्हणजे काय? असा प्रश्नही साहित्याने निर्माण करायला हवा. साहित्य समाजाचे शैथिल्य घालवते आणि समाजाला अतिउत्साहीदेखील होऊ देत नाही - असे साहित्य असावे - म्हणजे व्यक्ती चिंतनशील होऊ शकते. मराठी व्यक्ती, जी साहित्य वाचते, ती 'साहित्य आवडले, आवडले नाही' ह्यात साहित्य विभागून टाकते. मराठी साहित्याचा अभ्यास करणारी व्यक्ती वाचलेल्या साहित्याचे लगेच अमूक चूक, तमूक बरोबर असे निर्णय देते. साहित्यातून वाचकाला काहीच मिळत नाही, अशी मराठी साहित्याची अवस्था आहे काय? की वाचकाला साहित्यातून काही घ्यायची सवय नाही? असा पेच आहे.

मी फिक्शन - कथात्मसाहित्य लिहिणारा आहे. निबंध वा टीकात्मक लिखाण करणारा नाही. मी इथपर्यंत जे वाचून दाखवले त्याचे कथात्मसाहित्य करायला मला आवडले असते. म्हणजे मग प्रत्येक मुद्द्यासाठी मी सरळ माणसाच्या दैनंदिन जगण्यावागण्यातून पुरावे - मुद्द्याच्या बाजूचे आणि विरुद्धचे- घेऊ शकलो असतो. निबंध वा टीकात्मक लिखाणासाठी स्कॉलरशिप, विद्वत्ता, पांडित्य लागते. समाजाचा ढोबळपणा - ह्या मुद्द्यासाठी स्कॉलरशिपच्या तत्त्वानुसार साहित्यातून, समाजशास्त्रातून, मानववंशशास्त्रातून, इतर शास्त्रांतून पुरावे काढून दाखवावे लागतील. तसा माझा कल नाही. माझ्या स्वतःच्या जगण्यातून, माझ्या आसपासच्या माणसांच्या दर्शनातून, अवतीभोवतीच्या वातावरणातून मुद्दे व पुरावे काढतो. ही पद्धत कथात्मसाहित्याच्या लिखाणाला उपयोगी असते. कथात्मसाहित्यातून येणारी मीमांसा 'अमूक विरुद्ध तमूक' अशी नसते. निबंध वा टीकात्मक लिखाणातली मीमांसा माणूस सोडून केलेली असल्याने प्रेमळपणात उणी पडते आणि 'अमूक विरुद्ध

तमूक' अशी वाटू शकते. कथात्मसाहित्य लिहिताना केवळ एकच विषय नसतो. अनेक, सर्व विषय ह्या ना त्या अंगाने डोकावतात.

मी कथात्मसाहित्य लिहिणारा आहे. सबब ह्या निबंधातले मुद्दे माझ्या चिंतनाचे विषय आहेत. मी कथात्मसाहित्य लिहिणारा आहे, म्हणून आज मी इथे बोललेल्या विचारांचा आग्रही नाही. अजून बारकावे काढावे लागतीलच. म्हणून तर लेखक एकच फिक्शन पुन्हा पुन्हा लिहीत असतो, असे म्हणतात.

साहित्य महामंडळामुळे व डॉ. सुधीर रसाळांच्या प्रेमळ सक्तीमुळे मी माझे मुद्दे फिक्शन स्वरूपात न देता, ह्या निबंधरूपाने दिले. एरवी आपणहून मुद्दे फिक्शनबाहेर लिहिण्याची मला सवय वा आवड नाही.

साहित्य महामंडळ, आजच्या सत्राचे अध्यक्ष आणि शांतपणे माझे ऐकून घेणारे आपण ज्ञानोत्सुक श्रोते, आपणा सर्वांचे मी अत्यंत आभार मानतो आणि माझा निबंध संपवतो. धन्यवाद.

(१९९७)

‘वाचनसंस्कृती’च्या वेळी केलेले बीजभाषण

मंचावरील माननीय आणि मंचापुढील माननीय,

आजच्या प्रसंगी मला ‘वाचनसंस्कृती’ ह्यावर बीजभाषण करण्यासाठी बोलावलेत, ह्याबद्दल मी आभारी आहे.

सुरुवातीलाच मी एक कठोर मुद्दा मांडतो.

माझ्यासमोर अनेक मराठी लेखक-लेखिका बसलेल्या आहेत. त्यांना जर विचारले : महाराष्ट्रात कथात्मसाहित्य वाचले जाते का? : तर जवळपास बहुतेक जण उत्तर देतील : नाही.

ह्यावरून अनेक मराठी लेखकांना मनातून नाराजी आणि डिप्रेशन आहे.

कथात्मवाङ्मयाची वाचनसंस्कृती ह्याबद्दल बोलताना माझ्यासमोर मराठीचा परिघ आहे. मला इतर भारतीय भाषांमधल्या कथात्मसाहित्याच्या परिस्थितीबद्दल माहिती नाही. आजच्या प्रसंगी भारतीय उपखंडातल्या कथात्मसाहित्याच्या वाचनसंस्कृतीची एकूण माहिती आणि जाण असणारा वक्ता हवा होता. मी कमी आहे, हे उघड आहे.

मराठी वाचनसंस्कृतीचाही मी बराच अभ्यास केलेला आहे, असे नाही.

मराठी कथात्मसाहित्याच्या वाचनसंस्कृतीचा अभ्यास - अहवाल माझ्या पाहण्यात आलेला नाही. सरकारने अथवा एखाद्या साहित्य मंडळाने वा वाचनालयाने असा अभ्यास करून प्रसिद्ध केल्याचे ऐकिवात नाही. मराठी कथात्मसाहित्याच्या वाचनसंस्कृतीवर कुणी

पीएच. डी. केल्याचे ऐकिवात नाही. कथात्मसाहित्याच्या पुस्तकांच्या खपाचे आकडे सार्वजनिकदृष्ट्या प्रसिद्ध झालेले पाहण्यात नाहीत. समाजात मोठ्या प्रमाणात अमूक एका पुस्तकाचा असा बोलबाला नसतो. मराठी साहित्यविश्वात साहित्यिकांचे गट आहेत. त्या गटांतल्या एखाद्या लेखकाच्या पुस्तकाचा बोलबाला असतो. ते स्वाभाविक आहे. गटापलीकडे समाजात त्या पुस्तकाचा बोलबाला नसतो.

अलीकडे प्रत्येक वर्तमानपत्रात रोज वाचकांसाठी एखादा प्रश्न विचारलेला असतो. आणि वाचकांकडून 'होय', 'नाही', 'तटस्थ' अशा प्रकारची उत्तरे मागवलेली असतात, आणि ह्या उत्तरांची टक्केवारी दुसऱ्या दिवशी त्या वर्तमानपत्रात प्रसिद्ध केली जाते. कथात्मसाहित्याच्या वाचनाबद्दल असा एखादा प्रश्न विचारला गेलाय्, असे माझ्या वाचनात आले नाही. अधिक चोखंदळ वाचकमित्रांनी मला याबद्दल कधी सांगितले नाही. भारतातील इंग्रजी वर्तमानपत्रे मार्खेज, योसा, नेरुदा यासारख्या अभारतीय लेखकांच्या पुस्तकांची परीक्षणे, माहिती, लेखकांची चरित्रे छापत असतात. त्याला हरकत नाही; पण भारतीय भाषांतल्या जुन्या, महत्त्वाच्या लेखकांबद्दलही कधी लिहीत नाहीत.

मराठी साहित्यसंमेलनात मराठी पुस्तकांचे स्टॉल्स मांडले जातात. गेल्या तीन-चार साहित्यसंमेलनाच्या वेळी पुस्तकविक्री चांगली झाल्याचे वृत्त वर्तमानपत्रांतून येते आहे. कोणत्या पुस्तकांची विक्री किती झाली, याचे वर्गीकरण प्रसिद्ध होत नाही. सर्वात जास्त खपलेल्या पुस्तकाचे नाव पुढे येत नाही. सर्वात जास्त खपाच्या कादंबरीचे नाव, कथासंग्रहाचे नाव, कवितासंग्रहाचे नाव प्रसिद्ध व्हायला हवे. बेस्टसेलर पुस्तकांची यादी प्रसिद्ध व्हायला हवी. म्हणजे वाचनसंग्रहाचे नाव, कवितासंग्रहाचे नाव प्रसिद्ध व्हायला हवे. बेस्टसेलर पुस्तकांची यादी प्रसिद्ध व्हायला हवी. म्हणजे वाचनसंस्कृतीचा पोत समजू शकेल.

अलीकडे अनेक प्रकाशक त्यांचे त्यांचे हाऊस-जर्नल्स प्रकाशित करत असतात. त्यातही त्यांनी प्रकाशित केलेल्या कथात्मसाहित्याच्या पुस्तकांच्या खपाची आकडेवारी व वाचकांची आकडेशास्त्रीय माहिती नसते. त्यांनी प्रसिद्ध केलेल्या कथात्मसाहित्याच्या जाहिराती असतात. त्यात काही पुस्तकांच्या संदर्भात पाचवी आवृत्ती, अकरावी आवृत्ती असे उल्लेख असतात. एक आवृत्ती दोन हजारांची धरली तर, अकरावी आवृत्ती म्हणजे एकूण बावीस हजार प्रती खपल्या, असे होते. म्हणजे किमान बावीस हजार वाचकांनी ते पुस्तक वाचले, असे म्हणायला हरकत नाही, पण सर्वसाधारण समाजात त्या पुस्तकाचा बोलबाला, उल्लेख ऐकू येत नाही.

मी सर्वसाधारण समाज असा उल्लेख करतोय. गेली पाच-सात वर्षे मी मराठीतल्या वाचनसंस्कृतीची निरीक्षणे करतोय. ह्या निरीक्षणांना फारसा शास्त्रीय पाया नाहीय. मी

निरीक्षणे कशी घेतोय? विंदा करंदीकरांना ज्ञानपीठ पुरस्कार मिळाल्यावर मी राहतो त्या इमारतीतल्या आणि आसपासच्या तीन इमारतींतल्या माझ्या ओळखीतल्या सात कुटुंबांत 'विंदांच्या कविता वाचल्यात का? वाचणार आहात का?' असे विचारले. म्हणजे ही सात कुटुंबे धरा. दहाएक लेखकमित्रांची कुटुंबे, माझे काही नातेवाईक, मी ज्या कॉलेजात शिकवत होतो तिथले जवळीक झालेले दहा लेक्चरर्स व त्यांची कुटुंबे, माझे दोन किराणा मालाचे दुकानदार - त्यांची कुटुंबे नाहीत, दोन औषधांचे दुकानदार - त्यांचीही कुटुंबे धरायची नाहीत, तीन भाजीवाले, दोन फळवाले, पानपट्टीवाला, लॉंड्रीवाला, मिठाईवाला, जवळीक झालेले विद्यार्थी... हा माझा निरीक्षणांचा परिसर. ह्याला मी सर्वसाधारण समाज म्हणतोय. अशा सर्वसाधारण दोनेकशे लोकांच्या निरीक्षणांवर आधारित मी बोलू पाहतोय.

माझ्या नात्यातली एक व्यक्ती गॅझेटेड ऑफिसर आहे. त्या व्यक्तीने शाळेत, महाविद्यालयात क्रमिक पुस्तकांतून कथात्मसाहित्य वाचले तेवढेच. माझ्या दहा-बारा लेखक मित्रमैत्रिणींचा हिशोब असा : एक लेखकमित्र आहे, त्याची बायकोही लेखन करते. त्यामुळे दोघेही चांगले वाचक आहेत. एका कवयित्री मैत्रिणीचा नवरा मॅनेजर पदावर नोकरी करतो, तो चांगला वाचक आहे. उरलेल्या लेखक मित्रांच्या बायका वाचन करीत नाहीत. माझ्या मित्रमंडळीत तीन जण खरेखुरे श्रीमंत आहेत. म्हणजे कार, बंगला, परदेश प्रवास ह्या श्रीमंतीच्या लक्षणांपलीकडे श्रीमंत आहेत. त्यातल्या एकाच्या कुटुंबात वाचनाची आवड आहे. आणि ते इंग्रजीतल्या कादंबऱ्या वाचतात. दुसऱ्या श्रीमंत कुटुंबात इंटिरियर डेकोरेशन, गार्डनिंग, रेसिपीज, ओशो अशांवरची पुस्तके खरेदी करून वाचली जातात. तिसऱ्या श्रीमंत कुटुंबात काहीही वाचन नसते. वर्तमानपत्र वाचायलाही त्यांना वेळ नसतो. त्यांचा कपड्यांचा व्यवसाय आहे. माझ्या ओळखीतल्या सेवानिवृत्त इरिगेशन इंजिनिअरांनी खासगी वाचनालय लावलेले आहे. 'हल्ली काय वाचताय?' मी कधी कधी त्यांना विचारतो. ते म्हणतात, 'तुम्हाला सांगण्यासारखे नाही.' माझ्या परिचयातल्या चार कुटुंबांत अशी खासगी वाचनालये लावलेली आहेत. वाचलेल्यातले ते आवर्जून कधी सांगत नाहीत. पुस्तकांबद्दल सहज बोलावे वाटत नाही, ही चांगली अवस्था नाही. माझ्या एका मित्राच्या प्रौढ बायकोला दुपारचे बोअर होते, तिला मी एक कादंबरी वाचायला दिली. वर्ष जाऊनही तिने ती वाचली नाही. ह्यावरून मी तिला विचारले तर, 'नाही जमत' एवढेच म्हणाली. पुढे म्हणाली, 'माझ्या वडिलांना वाचनाची खूप आवड होती.' म्हणजे वडिलांकडून मुलीकडे वाचनाचा संस्कार आला नाही. वाचन ज्या त्या व्यक्तीची आवड राहते. माझा एक तरुण मित्र आहे. तो गणिताचा लेक्चरर आहे. तो एकदा मला म्हणाला, 'तुमची पुस्तके इंग्रजीत अनुवादित

करा, जगात गाजतील.' मॅथेमॅटिक्समुळे त्याला जगाचा संदर्भ हवा असतो. मी म्हणालो, 'मी इंग्रजीतच अनुवाद करतो.' 'कराच' तो म्हणाला. 'जगात पोहोचले पाहिजे तुमचे लिटरेचर.' मी म्हटले, 'अनुवाद करतो पण एक अट आहे आणि ती अट तुला आहे.' 'सांगा, मी सगळी मदत करीन.' तो म्हणाला. मी म्हटले, 'अट अशी आहेय, तू तुझ्या सासूबाईंना पुस्तके वाचायला सांगायचीस.' त्याचे नुकतेच लग्न झाले होते. त्याला माझ्या तिरपांगड्या बोलण्याची सवय होती. तो हसला, मोठ्याने हसला आणि म्हणाला, 'ते शक्यच नाही.' पुस्तक वाचा असे कुणी तरुण प्रौढाला सांगू शकत नाही.

पुणे आकाशवाणीवर फोनवरून सांगून गाणी लावायचा एक उपक्रम असतो. 'हॅलो फर्माइश'सारखा. त्यात अनेकदा संवाद असतो. श्रोता म्हणतो, 'मला हे गाणं ऐकायचंय.' कार्यक्रमाची निवेदिका म्हणते, 'ऐकू या. तुमची माहिती कळू द्या. तुमचे छंद काय आहेत?' श्रोता सांगतो, 'वाचन करायची आवड आहे.' 'काय वाचता?' 'तसं नक्की नाही सांगता यायचं.' श्रोत्याला सांभाळून घेत, संवाद आवरता घेत निवेदिका म्हणते, 'वाचनाची आवड चालू ठेवा. वाचनाने जीवन समृद्ध होते..' आणि गाणे लागते. श्रावणात शहरातल्या, गावातल्या चौकाचौकांत सत्यनारायणाची पूजा सार्वजनिकपणे होते. सत्यनारायणाच्या पोथीचे वाचन स्पीकर लावून गुरुजी करतात; पण कुणीही पोथी नीट ऐकत नाही.

वर्तमानपत्र वाचणे आता लाँड्रीवाले, भाजीवाले, रिक्षावाले, टपरीत व्यवसाय करणाऱ्यांपर्यंत पोहोचले आहे.

एकेकाळी फडके - खांडेकर - साने गुरुजी यांचे कथात्मसाहित्य वाचले जात होते, असे म्हटले जाते. ते शहरांपुरते आणि ब्राह्मणी समूहांत होते. आज फडके - खांडेकर - साने गुरुजी वाचले जात नाहीत. साने गुरुजींच्या 'श्यामची आई'च्या आवृत्त्या निघत असतात.

दरवर्षी एक-दोन कथात्मसाहित्याची पुस्तके लेखक, वर्तमानपत्रवाले आणि काही वाचक ह्यांच्यात गाजतात. स्वातंत्र्योत्तर काळात वेगवेगळ्या समाजघटकांतून कथात्मसाहित्य लिहिले गेले. परिवर्तनवादी साहित्य आले, दलित साहित्य आले, वर्तमानपत्रांतून चर्चा झाल्या, सेमिनार झाले. टीकाग्रंथ लिहिले गेले. कथात्मसाहित्याच्या इतिहासातून महत्त्वाच्या कथात्म पुस्तकांचे ठळक उल्लेख झाले. तथापि अशी एक सार्वजनिक यादी तयार झाली नाही की अमूक अमूक पुस्तके समाजातील प्रत्येक साक्षराने वाचलीच पाहिजेत. कथात्मसाहित्याच्या वाचनाची परंपरा निर्माण होऊ शकली नाही.

मात्र प्रकाशन व्यवसाय चालू आहे. कथात्मसाहित्याची पुस्तके प्रकाशित होत आहेत.

कथात्मसाहित्याला वाचक नाहीतच असे नाही. कोण आहेत ते वाचक? जे लेखक

आहेत, लेखन करू इच्छित आहेत, बौद्धिक क्षेत्राशी निगडित आहेत, इतर कलाप्रकारांशी निगडित आहेत, प्रसिद्धीमाध्यमांशी व्यवसायाने निगडित आहेत, शिक्षण क्षेत्रातले, सामाजिक चळवळीत काम करणारे, आपल्याला कथात्मसाहित्य वाचायची आवड आहे, निकड आहे, ह्याचे भान आलेले आणि कोणत्याही क्षेत्रात नोकरी, व्यवसाय करणारे... असे तरुण, प्रौढ, वृद्ध... कथात्मसाहित्याचे नियमित आणि गंभीर वाचक आहेत. आणि असे वाचक महाराष्ट्राच्या कानाकोपऱ्यात आहेत. आणि त्यांची संख्या लक्षणीयही आहे, आणि वाढतेच आहे. कथात्मसाहित्याचे रूप, रचना, कारागिरी, सौंदर्यमूल्य, कलामूल्य, निवेदन पद्धती, निवेदकाचे स्थान आणि स्वरूप, वर्णनांचे स्थान आणि स्वरूप, माणसाच्या आधिभौतिक समस्यांचे स्थान व स्वरूप ह्याविषयी मराठीत सैद्धांतिक चर्चा फार नसल्यामुळे ह्या वाचकांची वाचनसंस्कृती अमूक कथात्मसाहित्य पुरोगामी आहे की प्रतिगामी आहे, इथपर्यंत राहते. ह्या वाचकांची वाचनसंस्कृती सर्व समाजात झिरपत नाही. मराठी कथात्मसाहित्य हे महाराष्ट्रात 'प्रस्थापित व नवे' ह्या वादात गुरफटून राहिले. सर्व साक्षर समाज कथात्मसाहित्याच्या वाचनाकडे का वळत नाही, हा प्रश्न महाराष्ट्रात कधी गंभीरपणे चर्चेला, चिंतनाला घेतला गेला नाहीय. वाचन ह्या विषयावर कथात्मसाहित्य लिहिले गेले नाहीय. निबंध, ग्रंथही पुरेसे लिहिले गेले नाहीत. मधूनमधून वर्तमानपत्रांतून ह्यावर लेख येतात. ही स्थिती कदाचित संपूर्ण भारतीय उपखंडाची असावी.

भारतीय समाज कुटुंबांचा बनलेला आहे. कौटुंबिकता- कुटुंबातील घटकांना एकमेकांशी जुळवून ठेवणे - ही भावना जोपासणे ही प्रमुख गरज आहे. दुसरी गरज : आर्थिक. राजकीय स्वातंत्र्यानंतर समाजाची आर्थिक स्थिती सुधारणे हा समाजापुढे आणि शासनापुढे कळीचा मुद्दा आहे. त्या दृष्टीने शिक्षणाकडे पाहिले गेले.

शिकायचे कशाला? तर नोकरी मिळाली पाहिजे किंवा व्यवसाय काढता आला पाहिजे. म्हणजे शिक्षण हे आर्थिक उत्पन्नाचे साधन ठरले. ह्यातूनच तंत्रज्ञानाला प्राधान्य आले. तंत्रज्ञान वाढवणे म्हणजे प्रगती हे विकासाचे राष्ट्रीय प्रमेय आले. इंजिनिअर होणे, डॉक्टर होणे ही आकांक्षा सार्वजनिक झाली. आता आयटीवाला होणे वा मॅनेजर होणे. कथात्मसाहित्य वाचून आर्थिक उत्पन्न होईल, अशी व्यवस्था अजूनपर्यंत जगातल्या कोणत्याही सभ्यतेने शोधलेली नाही. कुटुंबाच्या आणखी गरजा म्हणजे धार्मिकता - विधी, सण, उत्सव, समारंभ आणि करमणूक वा मनोरंजन. मनोरंजनासाठी गाणी ऐकणे, म्हणणे, टीव्ही पाहणे, शॉपिंग, हॉटेलिंग हे पर्याय आधी येतात. त्यानंतर येते पुस्तक : कथात्मसाहित्य. कुटुंबातली व्यक्ती करमणूक, मनोरंजन करणारे कथात्मसाहित्य वाचते. गंभीर झाल्यास कौटुंबिक प्रश्नांवरचे साहित्य वाचते. अभिजात साहित्याकडे वळत नाही.

एकूणच मराठी साहित्य वाचकांसमोर यावे म्हणून महाराष्ट्रात वर्षभर नाना उपक्रम चालू असतात.

महाराष्ट्रात छोट्या गावांतूनही पुस्तकाचे प्रकाशन समारंभ होत असतात. प्रकाशन संस्था साहित्यिक गप्पाचे उपक्रम करतात. मॅजेस्टिक साहित्यिक गप्पा आहेत. राजहंस प्रकाशनही असे उपक्रम करत असते. साहित्य अकादमी 'मीट द ऑथर', 'कथासंधी' असे उपक्रम करते. वर्षभर कुठे ना कुठे चर्चासत्रे चालू असतात. दिवंगत साहित्यिकांचे स्मरण आणि त्यांच्या साहित्यावर भाषणे होत असतात. महाविद्यालयांतून साहित्यमंडळे असतात. पॉप्युलर प्रकाशनने दोन वर्षांमागे मराठीच्या कादंबरीचा एक वाचकवर्ग घेतला होता. वाचकांचे खासगी क्लब्ज् आहेत. नागपूरचा माग्रस हा क्लब अनेक वर्षे चालू आहे. पुस्तकांची प्रदर्शने भरवत असतात. दिवाळीच्या काळात महाराष्ट्रात दिवाळी अंक प्रसिद्ध होतात. गेली चाळीस-बेचाळीस वर्षे 'ललित' चालू आहे. 'ग्रंथपरिवार' आहे, शिवाय महाराष्ट्रातली साहित्य संमेलने भारतभर सुप्रसिद्ध आहेत. त्याशिवाय अनेक साहित्यसंमेलने गावोगावी होत असतात.

तरीही एकट्याने पुस्तक वाचावे, अशी प्रेरणा सर्वसामान्य साक्षर नागरिकाला होत नाहीय.

अजूनही काही उपक्रम सुचवता येतील : घरात वाचन करायला जागा नसते, प्रशस्त, आतिथ्यशील, आनंददायी वाचनालये निर्माण व्हायला हवीत. भारतात धनिक लोकांची संख्या वाढतेय. ते अशी वाचनालये बांधू शकतील. मराठी पुस्तकांची प्रशस्त, आनंददायी दुकाने निर्माण व्हावीत. पुणे, मुंबईसारख्या ठिकाणी इंग्रजी पुस्तकांची प्रशस्त, आनंददायी दुकाने अलीकडे मोठ्या प्रमाणात निर्माण होत आहेत. पुण्यात मराठी पुस्तकांचे 'पाथफाइंडर' नावाचे असे छान दुकान आहे. फिल्म ॲप्रिसिएशनचे वर्ग चालतात, तसे कथात्मसाहित्याच्या रसग्रहणाचे अभ्यासवर्ग विद्यापीठांतून, महाविद्यालयांतून साहित्यसंस्थांतून चालू व्हावेत. प्रशस्तिपत्र दिले जावे आणि ते प्रशस्तिपत्र नोकरीसाठीही मान्य व्हावे, खेळातल्या प्राविण्याचे मान्य होते तसे. वेगवेगळ्या डिपार्टमेंटच्या परीक्षा असतात, त्यात कथात्मसाहित्याचा अंतर्भाव असावा. वर्तमानपत्रांनी, इलेक्ट्रॉनिक मिडियांनी जुन्या नव्या कथात्मसाहित्याची विस्तृत परीक्षणे प्रसिद्ध करावीत आणि वेगवेगळ्या दृष्टिकोनांतून पुन्हा पुन्हा परीक्षणे प्रसिद्ध करावीत. एखाद्या पुस्तकावर एक परीक्षण आले की पुरे अशी वृत्ती ठेवू नये. पुस्तक प्रदर्शनाच्या मांडणीत अजून नीटनेटकेपणा आणि सौंदर्य आणावे. राजकीय पक्षांनी आपल्या कार्यकर्त्यांना पुस्तके आणि कथात्मसाहित्य वाचायची सवय लावावी. राष्ट्रीय स्वयंसेवक संघासारख्या सांस्कृतिक संघटनेने स्वयंसेवकांना कथात्मसाहित्य वाचायला उत्तेजन द्यावे. जो स्वयंप्रेरणेने कथात्मसाहित्य वाचतो त्याने मुद्दाम इतरांना पुस्तकांबद्दल सांगावे. हल्ली

व्यापारात : दोन पँट पीस घेतली की एक सुटकेस फ्री किंवा चार साबणाच्या वड्या घेतल्या की बॉलपेन फ्री : असे उपक्रम चालतात. त्याप्रमाणे : अमूक वस्तू घेतली तर अमूक कादंबरी फ्री : असेही घडावे. स्त्रियांच्या भिशा चालतात, तिथे वाचन व्हावे.

असे अनेक उपक्रम भविष्यात सुरूही होतील. रामदास स्वामींच्या 'दासबोध' या ग्रंथात एक समास आहे. त्यात एक ओळ आहे : 'प्रसंगी अखंडित वाचीत जावे' सुमारे चारशे वर्षांपूर्वीची ही ओळ आहे. ह्या चारशे वर्षांत वाचनसंस्कृती पुरेपूर रुजायला हवी होती. रामदास स्वामींचे वास्तव्य सातारा जिल्ह्यात सज्जनगड येथे होते. अखंडित वाचनाची पद्धत सातारा जिल्ह्यात, सातारा शहरात तरी रुजायला हवी होती. पुणे जिल्ह्यातल्या देहू गावी तुकाराम महाराज होऊन गेले. मराठवाड्यात पैठणला एकनाथ महाराज झाले. महाराष्ट्रातल्या कानाकोपऱ्यांत संत निर्माण झाले. संतांची वचने हरेक महाराष्ट्रीयांच्या ओठांवर असतात. वाचनसंस्कृती निर्माण झाली का? महाराष्ट्रात शंभर टक्के साक्षरता तरी झालीय का? रामदास स्वामी, तुकाराम महाराज ह्यांच्यानंतर सुमारे अडीचशे वर्षांनी महात्मा जोतिबा फुले ह्यांनी लिहिलेय : 'इंग्रज बाहादरचे राज्याच्या प्रतापाने अज्ञानी शुद्रादि अतिशुद्रास तुरळक तुरळक लिहिता वाचता येऊ लागले...' डॉ. आंबेडकरांचे ग्रंथप्रेम आणि वाचन आणि अभ्यास ह्याविषयी सर्व भारतभर माहिती आहे. तरी महाराष्ट्रात वाचनसंस्कृती रुजली नाहीय की शंभर टक्के साक्षरताही आली नाही. नऊ सप्टेंबर २००६च्या 'लोकसत्ता' या दैनिकात श्री. रवींद्र बागडे, बोरिवली, मुंबई ह्यांचे 'लोकमानस' ह्या सदरात एक पत्र प्रसिद्ध झाले आहे. त्या पत्रातील काही भाग असा : मराठी पुस्तकांना खप नसतो. मराठीतील कथा, कादंबरी, चरित्र, आत्मचरित्र, वर्णनात्मक, ललित, काव्य, नाटके इ. साहित्य धूळखात पडलेले असते. त्यामुळे मराठी साहित्यिक हे इंग्रजी साहित्यिकांसारखे गब्बर झालेले नाहीत. हॅरी पॉटरसारखे त्यांचे साहित्य लोकाभिमुख व दृष्यमय होणार नाही. त्याचे मूळ म्हणजे मराठी साहित्याला मराठी वाचक नाहीत. त्यामुळे मराठी पुस्तकांचा उठाव बाजारात होत नाही. पुरस्कारप्राप्त पुस्तकांचीही विक्री मोठ्या प्रमाणात होत नाही. कारण मराठी वाचक हा उदासीन आहे. मराठी वाचक उदासीन, त्यामुळे मराठी साहित्यिक वैफल्यग्रस्त!

ही स्थिती २००६ साली !

काय, करावे तरी काय?

वाचनसंस्कृती रुजावी म्हणून महाराष्ट्रात जे उपक्रम होताहेत, ते पुरेसे नाहीत, हे उघड आहे. अजून वेगळे मार्ग शोधायची आवश्यकता आहे. ह्या संदर्भात वाचनप्रक्रियेचा धांडोळा घ्यावासा वाटतो.

अक्षर ही एक खूण आहे. भा हे अक्षर एक खूण आहे. क हे अक्षर एक खूण आहे. दोन किंवा अधिक अक्षरे एकत्र येऊन शब्द तयार होतो. जसा भाकरी. शब्द ही एक खूण आहे. भाकरी ही शब्दखूण वाचून भाकरी नावाची वस्तू वाचकाला मनात जाणवते.

सर्वसामान्य मराठी माणसाला, कदाचित सर्वसामान्य भारतीय माणसालाही, बघणे-ऐकणे ह्याची जास्त सवय आहे. बघण्यात प्रत्यक्ष वस्तू दिसते. वाचनात शब्दांच्या खुणांतून वस्तू दिसतात.

मूर्त वस्तू शब्दाच्या खुणेतून सर्वसामान्य वाचकाला आकळू शकतात. अमूर्त वस्तू आकळण्यात अडचण जाणवते की काय? असा माझा प्राथमिक प्रश्न आहे. कथात्मसाहित्यात अमूर्त वस्तू असतातच.

पुन्हा वाचनप्रक्रियेकडे येऊ.

अनेक शब्दांनी वाक्य तयार होते. प्रत्येक शब्दाचा अर्थ लावत वाक्यातील सर्व शब्दांचा मिळून एकच अर्थ लावत अर्थ लावला जातो. मग दुसरे वाक्य वाचले जाते. दुसऱ्या वाक्याचा अर्थ लावला जातो. आणि त्याचवेळी पहिले वाक्य आणि दुसरे वाक्य ह्यांचा एकत्र अर्थ लावला जातो. मग तिसरे वाक्य, चौथे वाक्य, पाचवे वाक्य... पूर्ण परिच्छेद वाचला जातो आणि पहिले वाक्य ते शेवटचे वाक्य ह्याचा एकच अर्थ लावला जातो. ह्या प्रक्रियेत बुद्धीचा वापर होतो.

ऐकण्याच्या प्रक्रियेत सरासरी अर्थ काढला जातो. वाचनप्रक्रियेत सरासरी अर्थ काढला जातो. वाचनप्रक्रियेत पूर्ण अर्थ काढावा लागतो.

वाचनप्रक्रियेत बुद्धीचा वापर करावा लागतो, तसेच बुद्धीचा प्रवास होतो आणि जाणून घेण्यासाठी मनाचा मोकळेपणाही लागतो.

धर्मग्रंथ वाचनात बुद्धीचा वापर, बुद्धीचा प्रवास, मनाचा मोकळेपणा ह्या शक्ती कमी प्रमाणात वापरल्या जातात. कारण धर्मग्रंथ वाचण्यात श्रद्धा ही प्रेरणा असते. तंत्रज्ञानावरचे ग्रंथ वाचण्यात बुद्धी खूप वापरावी लागते; पण मनाचा प्रवास एकाच दिशेने होतो. एकच विषय समजावून घ्यायचा असल्याने मनाच्या मोकळेपणाची दिशाही एकच असते. मनोरंजनपर कथात्मसाहित्यात वरील शक्ती वापरणे हे जणू प्रतिक्षिप्त क्रियेतच घडते. कारण मनोरंजनपर कथात्मसाहित्यात विषयवस्तू, आशय, घाट, भाषा, पेच, नाट्य, कथनपद्धती हे परिचयाचे असते.

अभिजात कथात्मसाहित्यात विषयवस्तू, आशय, घाट, पेच, नाट्य, कथन पद्धती एकदमच नवीन, अपरिचित असल्यामुळे बुद्धीचा खूपच वापर करावा लागतो. अभिजात कथात्मसाहित्यात नाना विषय असतात. अक्षरशः जगात जे जे आहे, ते ते असू शकते

आणि त्यामुळे विश्वभर बुद्धीचा प्रवास होतो. अभिजात कथात्मसाहित्यात विश्वात असते ते तर असतेच; पण विश्वात नसलेलेही असते. त्यामुळे मनाचा मोकळेपणा तर लागतोच.

सर्वसामान्य वाचकाला अभिजात हा शब्द फारसा माहीत नसतो. अभिजात ह्याऐवजी 'डोक्याला ताप देणारे पुस्तक' असे तो म्हणतो.

सर्वसामान्य वाचकाला बौद्धिक आळस आहे का? सर्वसामान्य वाचकाला बौद्धिक प्रवास झेपत नाही का? सर्वसामान्य वाचकाला मनमोकळेपणा नको वाटतो का?... असे कठोर प्रश्न माझ्या मनात येत आहेत.

अभिजात कथात्मसाहित्याच्या भाषेबद्दल एक मुद्दा मांडायचाय. अभिजात कथात्मसाहित्यात नेहमीच्या, परिचयाच्या साध्या दृष्याचे, सूर्यास्तासारख्या दृष्याचे, माणसाच्या शारीरिक ठेवणीचे किंवा माणसाच्या एखाद्या स्थितीचे... किंवा एखाद्या जागेचे... पाच पाच पाने, दोनशे ओळी, एक हजार शब्द... असे वर्णन असू शकते. अशा वर्णनातून, कथनपद्धतीतून भाषेचा आनंद मिळतो.

सर्वसामान्य माणसाला अन्नसेवनाचा, कपडे घालण्याचा, वस्तू वापरण्याचा आनंद माहीत असतो. भाषेचा आनंद माहीत नाही का? इंग्रजीतल्या अभिजात कथात्मवाङ्मयाच्या वाचनात रमलेल्या वाचकाला मराठी भाषेचा आनंद माहीत नाही का?

धर्मग्रंथ वाचण्यामागे प्रेरणा असते श्रद्धा. तंत्रज्ञानावरची पुस्तके वाचण्यामागे प्रेरणा असते उपयुक्तता. अभिजात कथावाङ्मय वाचण्यामागे प्रेरणा असते : अस्तित्वाबद्दल कुतूहल.

कोणत्याही सर्वसामान्य माणसाला आयुष्यात कधी ना कधी, सकारण, विनाकारण, धर्मग्रंथ, तत्त्वज्ञाने ओलांडून अस्तित्वविषयक कुतूहल आणि प्रश्न पडतात.

सर्वसामान्य माणूस हे प्रश्न आणि हे कुतूहल आवरून धरतो का?

सर्वसामान्य माणसाला ज्ञान म्हणजे १) पैसा देऊ शकते ते, जगायला उपयुक्त ते आणि २) धर्मग्रंथात आहे ते, म्हणजे आध्यात्मिक... असे वाटते. अलीकडे सृष्टीविषयक ज्ञान, म्हणजे वैज्ञानिक ज्ञान हेही तो मान्य करतो.

अस्तित्वविषयक ज्ञान असते आणि ते अभिजात कथात्मसाहित्य देऊ शकते, हे त्याला माहीत नाही काय? मराठी कथात्मसाहित्य असे ज्ञान देऊ शकते हे इंग्रजीतून कथात्मसाहित्य वाचणाऱ्याला मान्य नाही काय?

अभिजात कथात्मसाहित्य विचार करत करत एकट्याने वाचणे, ह्यासारखा दुसरा आनंद नाही. मराठी आणि भारतीय समाजातले एकान्त हे मूल्य हरवले आहे.

सर्वसामान्य माणसाला एकान्ताचे भय वाटतेय काय?

हाही कठोर प्रश्न आहे.

गणिताच्या अभ्यासासाठी बुद्धीचा तसा कल लागतो. शल्यचिकित्सक होण्यासाठी तसा बुद्धीचा कल लागतो. कथात्मसाहित्य लिहिण्यासाठी बुद्धीचा तसा कल लागतो. कथात्मसाहित्याच्या वाचनासाठीही बुद्धीसा तसा कल लागतो, असे आहे काय?... हाही प्रश्न मला सुचतोय.

आपल्या सर्वसामान्य वाचकाची बौद्धिक, मानसिक स्थिती, आपल्या इंग्रजी वाचणाऱ्या वाचकाच्या व्यक्तिमत्वाची जडणघडण आणि वाचनप्रक्रिया ह्यावर संशोधन होणे आणि त्यावरून उपाय काढणे ही आपल्या संस्कृतीची तातडीची निकड आहे.

आपल्या प्रश्नांवर आपणच संशोधन केले पाहिजे. आपल्या प्रश्नांवर आपणच संशोधन करणे हेच तर स्वातंत्र्य, संस्कृतीची शक्ती प्रतिभावंत आणि सर्वसामान्य नागरिकांची बौद्धिक क्षमता ह्यांच्या रेझोनन्सवर अवलंबून असते.

आता मी शेवटचा मुद्दा मांडतो.

एक लेखक म्हणून गेली पाचसात वर्षे एक प्रश्न माझ्या मनात येतो आहे : माझे लिखाण असे आहे काय की, माझे लिखाण एखाद्या वाचकाने वाचायला घेतलेय आणि ते वाचकाला इतके गुंगवून ठेवतेय की वाचक माझे लिखाण पूर्ण वाचल्याशिवाय बाजूला ठेवूच शकत नाही? एखाद्या उदासीन साक्षरालाही चार ओळी चुकून वाचल्यावर पूर्ण पुस्तक वाचायच्या प्रक्रियेत खेचून घेणारे माझ्या लिखाणात काही आहे की नाही?

हा प्रश्न आता मी सगळ्या मराठी कथात्मसाहित्याला लावू पाहतो.

मराठी कथात्मसाहित्यात वाचनीयता आहे की नाही? मराठी कथात्मसाहित्य वाचकाला भाषेचा आनंद देते की नाही? सूर्यास्तासारख्या रोजच्या घटनेचे वा एखाद्या पात्राच्या शारीरिक ठेवणीचे वाचकाला भाषेचा आनंद देईल असे पाचपाच पानी, दोनशे ओळींचे, एक हजार शब्दांचे वर्णन लेखकाला साधते की नाही? घाट, कथनपद्धती अशा कथात्मसाहित्याच्या अंगांचे वाचकाला आकर्षून घेणारे नवे प्रकार मराठी कथात्मसाहित्यात किती असतात? इतिहास, भूगोल, विज्ञान, अर्थशास्त्र, तत्त्वज्ञान इत्यादी नाना ज्ञात शाखांच्या अस्तित्वासंदर्भात काही विचार, विवेचन, मराठी कथात्मसाहित्यात किती असते? मराठी कथात्मसाहित्यात अस्तित्वविषयक कुतूहल जागवणारे, वाढवणारे किती असते? मराठी कथात्मसाहित्य वाचकाला ज्ञानात्मक काही देते की नाही? नव्या संकल्पना, नवी प्रमेये, नवी भाषिते किती देते? जीवनाबद्दल किती देते ? बुद्धी वापरायला, बुद्धीचा प्रवास घडायला, मन मोकळे व्हायला चालना देते की नाही? मराठी कथात्मसाहित्यात वाचकाला चकित करणारे अद्‌भुत असे असते की नाही? लेखक कोणत्याही विचारसरणीने भारून

लिहो, मासेससाठी लिहो, क्लासेससाठी लिहो, स्वान्त:सुखाय लिहो, प्रत्येक वाचकाला काही ना काही मिळेलच, इतके अपरंपार लेखकाच्या लिखाणात असते की नाही?

वाचकाबद्दल आणि कथात्मसाहित्याबद्दल इथे उपस्थित केलेल्या प्रश्नांची उत्तरे एकेका वाक्यात देता येतील. मराठी वाचकही कमी पडतोय. आणि मराठी कथात्मसाहित्यही कमी. इतर भारतीय भाषांबद्दलही हे खरे असू शकेल. मराठी कथात्मवाङ्मयाच्या थिटेपणाची चिकित्सा मराठी सारस्वत वरचेवर करत असतातच. स्वातंत्र्योत्तर काळात मराठी कथात्मसाहित्य मोठ्या प्रमाणावर लिहिले जात आहे. नवे प्रदेश, नवी भाषा, नव्या बोलीभाषा, नवे प्रश्न, नव्याने प्रश्न, इतके दिवस दुर्लक्षित राहिलेली माणसे, दुर्लक्षित समस्या, नवे विषय अशांनी मराठी कथात्मसाहित्य भरून गेले आहे. सर्वसामान्य वाचकांनी आणि इंग्रजीतले कथात्मसाहित्य वाचण्यात रमलेल्या वाचकांनी हे कथात्मसाहित्य जरूर वाचावे, असे मी इथे आवाहन करत आहे. नंतर विद्वानांनी, अभ्यासकांनी, सर्जनशील लोकांनी आणि सर्वसामान्यांनीही कथात्मसाहित्याच्या श्रेष्ठत्वाच्या लक्षणांची चर्चा जारी ठेवावी आणि तत्त्वज्ञानाच्या पातळीवर ती जारी ठेवावी. खरे तर सर्वच क्षेत्रांतल्या श्रेष्ठत्वाच्या लक्षणांची सतत चर्चा आवश्यक असते. माणसाचे कितीही धिंडवडे निघाले तरी माणसाला श्रेष्ठ म्हणजे काय हे जाणून घ्यायची आस असते, कारण तो जीवनाचा गुणधर्म आहे. होय ना?

आता मी थांबतो.

आपण मला इथे बोलण्याची संधी दिलीत, ऐकून घेतलेत, ह्याबद्दल मी पुन्हा आपले, सर्वांचे आभार मानतो.

धन्यवाद.

(२००७)

महाराष्ट्रातील साहित्यव्यवहार : ३० प्रश्न : आविष्कार, मुंबई इथे केलेले भाषण

महाराष्ट्रातील साहित्य क्षेत्रावर एक नजर टाकली तर असं दिसतं की साहित्य क्षेत्र आणि सामान्य नागरिक यांचा मुळी काही संबंधच उरलेला नाहीय. साहित्य ही नागरिकांची गरज उरलेली नाहीय. एखाद्या पुस्तकाविषयी पराकोटीची उत्सुकता, ते विकत घेणं, आतुरतेनं वाचणं, पुस्तकांमुळे झपाटून जाणं हे दृश्यच दुर्मिळ झालंय. वीस-पंचवीस वर्षांपूर्वीपर्यंत जवळजवळ प्रत्येक मध्यमवर्गीय घरात कुठल्या ना कुठल्या वाचनालयाचं सभासदत्व असायचं. पुस्तकं नेमानं बदलली जायची, वाचली जायची. आता मोठ्या शहरांतदेखील वाचनालयांची संख्या एकदम रोडावलीय. साहित्यिक फक्त साहित्य क्षेत्रातल्या माणसांपुरताच माहिती असतो. सामान्य नागरिकांपर्यंत फारच थोडी नावं पोहोचतात.

याची कारणं काय आहेत? यामध्ये दोष कुणाचा ? सामान्य नागरिकांचा की साहित्य क्षेत्राशी संबंधित लेखक, प्रकाशक, विक्रेते या घटकांचा? साहित्यिक नागरिकांचं लक्ष वेधलं जाईल, त्याकडे ते खेचले जातील असं लिहीत नाहीत हे कारण आहे की सामान्य नागरिकांचे प्राधान्यक्रम बदलले आहेत, त्यांची जीवनशैली बदलली आहे, त्यांचा कल सोप्या करमणूक करणाऱ्या, ग्लॅमर, चकचकाट असलेल्या, फारसा विचार करायला न लावणाऱ्या 'टाइमपास' टाइप कार्यक्रमांकडे जास्त वळलेला आहे, हे त्यांच्या साहित्य विन्मुखतेचं कारण आहे का? की प्रकाशक चांगली पुस्तकं काढून वाचकांच्या जाणिवा

समृद्ध करण्याऐवजी खपाऊ आणि विकाऊ ‘माल’ उत्पादित करून नागरिकांच्या माथ्यावर थापत आहेत ही गोष्ट खरी? की दुय्यम-तिय्यम दर्जाचे लेखक, कवी, स्वतःच्याच पैशानं, हौसेपोटी, त्याच दर्जाची पुस्तकं काढून वाचकांमध्ये साहित्याविषयी घृणा निर्माण करतात ही गोष्ट खरी? या सगळ्यांवर उपाय काय? ही कोंडी फुटायची कशी?

महाराष्ट्रातील साहित्यव्यवहाराविषयी एकाच वेळी कानउघाडणी करणारे, डोळ्यांत अंजन घालणारे आणि अंतर्मुख करून विचार करण्यास भाग पाडणारे नेमके तीस प्रश्न इथं उपस्थित केले आहेत. त्यावर काही ठोस उपायदेखील सुचवले आहेत.

महाराष्ट्रातील साहित्यव्यवहार ह्याबद्दल मी काही प्रश्न उभे करतो :

१. साहित्यिक गप्पा, चर्चा, भाषणे, परिसंवाद, प्रकाशन समारंभ, कादंबरी, अभिवाचन, कथाकथन, काव्यवाचन, नाट्यवाचन, नाट्यस्पर्धा, साहित्य संमेलने... असे अनेक उपक्रम महाराष्ट्रात अनेक वर्षे चालू आहेत.

    कधी एकदा पुस्तक वाचायला घेतोय... अशी तळमळ लागलेला वाचक निर्माण झाला आहे काय?
२. साहित्य ही नागरिकांची किती गरज आहे?
३. ग्रंथालये किती आहेत? मॉल, मल्टिप्लेक्सेस, हॉटेले, कपड्यांची दुकाने जशी पॉश आहेत, तशी ग्रंथालये पॉश आहेत? नसावीत का?
४. साहित्याची दुकाने किती आहेत? पॉश आहेत का? नसावीत का?
५. पुस्तकांची निर्मिती किती नीट आहे?
६. प्रकाशन व्यवस्था कशी आहे? प्रकाशन व्यवस्थेची माहिती सभ्यतेत स्पष्ट आहे? उघड आहे? किती उघड आहे?
७. संपादक किती जाणकार आहेत?
८. निरक्षर नागरिकाला साक्षर नागरिक बघून स्वतःला साक्षर व्हावे का वाटत नाही? साक्षराला वाचन करावे असे आपोआप का वाटत नाही?
९. एखादी व्यक्ती वाचक आहे, ती व्यक्ती कुटुंबातल्या इतरांना वाचलेल्या पुस्तकाविषयी, वाचनाविषयी सांगते का? कुटुंबव्यवस्थेत वाचनसंस्कृती किती येतेय?
१०. राजकीय नेते वारंवार भाषणे देतात. साहित्य संमेलनांतून महत्त्वाची भूमिका व्यक्त करतात. त्यांच्या एरवीच्या भाषणातून कधी कथात्मवाङ्मयातले काही उद्‌बोधित केले जाते का? ह्यांच्या उत्तरांचा अर्थ काय होतो?
११. जुनी गाणी गायली - ऐकली जातात. जुनी भावगीते गायली-ऐकली जातात. जुन्या कादंबऱ्या, कथा, कविता वगैरे साहित्य वाचले जाते का? जुनी नाटके पुन्हा पुन्हा

केली जातात का? साहित्याची परंपरा का होत नाही? महाराष्ट्रीयांना खरोखर नव्याचेच वेड आहे?

१२. टी.व्ही.वर, वर्तमानपत्रांतून जुन्या साहित्यावर किती असते? जुन्या साहित्याचे परीक्षण असते का?

१३. साहित्यिक दैनंदिन जगताना समाजात, कुटुंबात, नात्यात साहित्यिक म्हणून वावरू शकताहेत का? साहित्यिकांच्या मतांचा समाजावर, कुटुंबावर, नातेवाइकांवर परिणाम किती आहे?

१४. पूर्णवेळ लेखक किती आहेत? भारत आर्थिक महासत्ता झाल्यावर तरी पूर्णवेळ लेखक निर्माण होतील?

१५. इंजिनिअरशी लग्न, डॉक्टरशी लग्न, राजकीय कार्यकर्त्याशी लग्न, नटाशी लग्न, दिग्दर्शकाशी लग्न... अशा संकल्पना समाजात आहेत. लेखकाशी लग्न, कवीशी लग्न... अशी संकल्पना आहे का?

१६. तीन प्रकारचे टीकाकार असतात. एक : पुस्तकांचे, नाटकांच्या प्रयोगाचे परीक्षण करणारे. दुसरे : लेखक - टीकाकार, तिसरे : केवळ टीकाकार.

परीक्षण करणाऱ्यांना खूपच मर्यादा असतात. लेखकाचा लिखाणाचा रंग, रूप, विचारसरणी ह्याबद्दलचा दृष्टिकोन बराचसा पक्का झालेला असतो. त्यातून लेखक-टीकाकार टीकाव्यवहार करतो. लेखक-टीकाकार साहित्याचा वैयक्तिक इतिहास रचतो. असा वैयक्तिक इतिहास साहित्यातील परंपरा, इतिहास रचण्याला साहाय्यकारी होऊ शकतो.

तिसरा प्रकार : केवळ टीकाकार. साहित्याची पूर्ण परंपरा, इतिहास रचण्याची जबाबदारी ह्याच्यावर असते. साहित्याच्या श्रेष्ठतेची लक्षणे तपासणे, सिद्धांत तपासणे, निर्माण करणे हे केवळ टीकाकार करतो. हा वैयक्तिक इतिहास सांगत नाही, तर सार्वकालीन, सार्वत्रिक इतिहास रचतो आणि पूर्णपणे सिद्ध करतो.

मराठीत केवळ टीकाकार किती आहेत?

१७. सर्वसामान्य वाचक ओढला जाईल, खेचला जाईल, रंगून जाईल असे मराठी साहित्यात काही आहे की नाही?

१८. एकविसावे शतक हे ज्ञानाचे शतक आहे, असे अलीकडे म्हटले जाते. भारतीय समाज ज्ञानोत्सुक झाला आहे काय? होत आहे काय?

१९. ज्ञान म्हणजे काय? ह्यावर समाजात काही चर्चा आहे काय?

२०. विज्ञान, तत्त्वज्ञान, भाषा, चित्रकला, शिल्पकला, संगीत.... इत्यादी शास्त्रे व कला ह्यांत काय काम चाललंय हे समाजात प्रसृत होते आहे काय? हे प्रसृत होणे आवश्यक आहे की नाही?

२१. आपल्या समाजाची सभ्यता ज्ञान निर्माण करायला, ज्ञानात्मक व्यवहाराला साहाय्य करणारी आहे की नाही?

२२. नागरिकांना भाषेचा आनंद हवाय का? मिळतो का?

२३. राजकीय वक्त्यांची भाषा किती नीट असते? त्यातून भाषेचा आनंद मिळतो का?

२४. इतर प्रकारच्या वक्त्यांची भाषा किती नीट असते? त्यातून भाषेचा आनंद मिळतो का?

२५. दैनंदिन व्यवहारासाठी लागणारी भाषा किती प्रमाणात तयार आहे? आनंद देणारी आहे काय?

२६. नाटकांच्या प्रयोगात, सिनेमात सौंदर्यमूल्य किती असते?

२७. वाचनप्रक्रिया ह्यावर काही संशोधन झाले आहे काय? आवश्यक आहे की नाही?

२८. एकूण समाजाची अभिरुची कशी आहे? अभिरुची घडण्याच्या, बदलण्याच्या प्रक्रियेचे संशोधन आहे काय? असे संशोधन आवश्यक आहे की नाही?

२९. भारतीय माणूस किती कल्पक, स्वयंस्फूर्त आहे?

३०. मुद्दाम प्रश्न : कामजीवनासंबंधातली भाषा तयार झाली का?

वरील प्रश्नांच्या उत्तरांतून महाराष्ट्रातील साहित्य व्यवहाराचे जे चित्र दिसेल ते पुरेसे समाधानकारक नाही हे उघड आहे.

भारतीय समाजाविषयी माझी काही निरीक्षणे इथे नोंदवतो :

१. गेली दीडशे-दोनशे वर्षे भारतीय समाजाचे मुख्य प्रश्न दोन प्रकारचे आहेत - १. सामाजिक सुधारणा; २. आर्थिक स्थिती सुधारणे.
   ह्या प्रश्नांव्यतिरिक्तचे प्रश्न दुय्यमपणे हाताळले जात आहेत.
   मराठी साहित्यही ह्या दोन प्रश्नांशी निगडित आहे.

२. भारतीय नागरिकांना तांत्रिक कौशल्ये जमू शकतात. तर्कशास्त्रीय कौशल्ये जमू शकत नाहीत. त्यामुळे तांत्रिक क्षेत्रात प्रगती होतेय. बौद्धिक क्षेत्रात प्रगती होत नाहीय. बौद्धिक व्यवहार गोंधळाचा आहे.

३. त्यामुळे कर्मकांडावर भर.

४. त्यामुळे भागवाभागवी केली जाते.

५. एकांताची सवय नाहीय. एकांतातही काम करणे आवश्यक असते हे मान्य नाही.

६. अमूर्त चिंतनाची सवय नाही.

७. इतर लोक नीट वागले पाहिजेत तरच मला नीट वागता येईल, अशी धारणा आहे.

८. प्रतिकूल परिस्थितीत उभे राहणे अवघड जाते.

९. समाजाला, व्यक्तीला स्वतःच्या कल्पना नाहीत.

ढोबळ उदाहरण : इतके दिवस आपला समाज पाश्चात्त्यांकडे बघत होता. आता चीनकडे बघतोय. कोकणचा कॅलिफोर्निया असे होते, आता मुंबईचे शांघाय असे चाललेय. नाटक, सिनेमा ह्यांची बीजेही बाहेरून घेतली जातात.

आता मी काही इलाज सुचवू पाहतो -

१. निर्मितीच्या क्षेत्रात जे काम करत आहेत, त्यांनी अजिबात नक्कल करायची नाही.

२. शोधच लावायचा : हेच आव्हान घ्यावे.

३. लिखाण करणाऱ्या मित्रांचे आपापले गट असतात. निर्मिती करणाऱ्यांचे हे छोटे विश्व असते. ह्या छोट्या विश्वाने गॉसिपचा व्यवहार लवकर उरकावा आणि भाषा, रंग, रूप ह्याबद्दल चर्चा करून प्रत्येक घटकाने स्वतःसाठी स्पष्टता करून घ्यावी. स्वतः जास्तीत जास्त शंका काढाव्यात. त्यांची उत्तरेच काढावीत. भागवाभागवी करू नये. कारणमीमांसा वाढवावी. एखादी कल्पना, प्रयोग सुचला की त्याच्या प्रेमात पडणे होते. प्रेमात पडणे ओसरू द्यावे आणि सुचलेल्या प्रयोगाची विश्वासार्हता, दर्जा तपासावा. दर्जा तपासण्याच्या कसोट्या स्वतःच ठरवाव्यात. ह्या कसोट्या श्रेष्ठ वाङ्मयकृतींना लावून कसोट्यांचीही परीक्षा घ्यावी. हे सगळे तसे अंतर्मनात होते. अंतर्मन चिकित्सक आणि शहाणे होणे हे सर्जनशीलतेसाठी आवश्यक असते.

सुचलेल्या कल्पनेची, प्रयोगाची, त्यासंबंधातल्या सभ्यतेच्या अंगाची - विषयाची स्पष्टता करून घेणे, त्यांचा दर्जा तपासणे, त्यासाठी कसोट्या ठरवणे, कसोट्यांची परीक्षा घेणे ह्या कठोर बौद्धिक, भावनिक उलाढालीतून अंतर्मन चिकित्सक व शहाणे होऊ शकते. शिवाय अंतर्मन चिकित्सक व शहाणे व्हायच्या प्रक्रिया ज्याच्या त्याने शोधायच्या असतात.

४. शोध क्वचितच लागतात त्यासाठी प्रयत्न, उमेदवारी प्रत्येकाने गंभीरपणे, पणाला लागून करायची असते.

५. शेवटचा एक व्यावहारिक व गंभीर इलाज सांगतो.

आपले लिखाण, निर्मिती, एखाद्याला आवडेल तर त्याच्याशी भांडण करावे आणि तरी त्याला आपले लिखाण, निर्मिती आवडतेय काय, हे पाहावे. हीही एक चांगली परीक्षा असते.

(२००८)

कथा-कादंबरी नाही, फिक्शन म्हणा...

श्याम मनोहर यांची मुलाखत

मुलाखतकार - सुनील तांबे

(महाराष्ट्र फाउंडेशन या संस्थेचा जीवनगौरव पुरस्कार श्याम मनोहर ह्यांना जाहीर झाला तेव्हा अनेकांप्रमाणेच मीही त्यांना अभिनंदनाचा फोन केला. २६ डिसेंबर २०१४ रोजी श्याम मनोहरांचा फोन आला. जीवनगौरव पुरस्कार विजेत्याची मुलाखत छापण्याचा 'साधना'च्या संपादकांचा मानस आहे. आणि तो इंटरव्ह्यू मी घ्यावा असं श्याम मनोहर ह्यांनी सुचवलं. त्याची पूर्वतयारी करण्यासाठी त्यांनी मला भेटायला बोलावलं. २७ आणि २८ डिसेंबर रोजी माझ्या घरी निवडक मित्रांचा स्नेहमिलनाचा कार्यक्रम होता, त्याची तयारी करण्यात मी व्यस्त होतो. मात्र श्याम मनोहरांचा फोन आल्याने काम खुंटीवर ठेवून त्यांना भेटायला गेलो.

साहित्य असो की समाजकारण वा राजकारण ह्यावर मतप्रदर्शन श्याम मनोहर क्वचित करतात. कारण त्यांच्याकडे ह्या विषयाची पुरेशी माहिती कधीही नसते. समकालीन मराठी वा अन्य भाषांमधलं साहित्य, अन्य लेखक, कथा, कादंबरी वा कविता ह्यावर मतप्रदर्शन वा भाष्य करण्यात त्यांना रस नसतो. आणि गतीही नसते. कारण त्यांचं वाचन खूपच मर्यादित आहे. त्यांचं आजवरचं साहित्य वा जीवन ह्याबद्दल त्यांना बोलतं करणं कमालीचं अवघड असतं. मुलाखत घेताना ते जो काही विचार करत असतात किंवा तेव्हा त्यांना जे काही सुचतं त्यातूनच मुलाखतीने आकार घ्यावा अशी त्यांची अपेक्षा असते.

श्याम मनोहर ह्यांच्या कथा, कादंबऱ्या, नाटकं इत्यादींचा अभ्यास करून टिपणं काढणं, त्यावर आधारित प्रश्न काढणं इत्यादीला फाटा द्यायचा असं पहिल्या बैठकीत ठरलं. मुलाखतीचं काम आणखी अवघड झालं.

त्यानंतर तीन वेळा मी मुलाखत घेण्यासाठी त्यांच्याकडे गेलो. तासभर नीट प्रश्नोत्तरं झाली की वाद-विवाद सुरू व्हायचे, आणि मुलाखतीचे केवळ कागद हाती उरायचे. श्याम मनोहर ह्यांच्या कथा-कादंबरीतील पात्रे ह्या विषयावर मी प्रश्न विचारला तेव्हा ते नाराज झाले. त्यावरून वाद सुरू झाला. मी म्हटलं पॅरिस रिव्ह्यूमध्येही असे प्रश्न लेखकाला विचारतात. त्यांनी आक्षेप घेतला. पॅरिस रिव्ह्यूमध्ये आलेल्या एका पाश्चात्य लेखकाची मुलाखत मी वानगीदाखल त्यांना दाखवली. विशेषत: पात्रांसंबंधातील प्रश्न. त्यांनी तो प्रश्न बारकाईने वाचला आणि म्हणाले, मुलाखतकाराने वापरलेली भाषा नीट वाच. म्हणजे प्रश्न तोच असला तरी तो विचारायची भाषा गवसायला हवी. तिसरी बैठक ह्या मुद्द्यावर आटोपली. 'साधना'चे संपादक विनोद शिरसाठ ह्यांचा मला फोन आला. पानं प्रेसकडे पाठवायची आहेत, लवकर मुलाखत पाठवा. दुसऱ्या दिवशी पुन्हा श्याम मनोहरांची वेळ घेतली. ऑफिसातली कामं वगैरे आटोपून सहकारनगरात गेलो. ह्या खेपेला हमरस्त्यावर उतरून चालत त्यांच्या घरी गेलो. जाताना प्रश्न नाही तर प्रश्नांची भाषा काय असावी ह्यावरच विचार करत होतो.

मुलाखत घेताना लेखकाच्या विचारांशी नाही विचारांच्या दिशेशी तादात्म्य पावलो तर मी आणि श्याम मनोहर एका पातळीवर म्हणजे एका काळात येऊन संवाद साधू शकू. ह्या संवादात प्रश्न असतील किंवा नसतीलही. मग भाषा गवसेल. पत्रकारितेतील मुलाखतीच्या तंत्राला पूर्ण फाटा द्यायचा असं निश्चित करून त्यांच्या घराचा दरवाजा ठोठावला.

- सुनील तांबे)

प्रश्न : कथा, कादंबरी, नाटक, स्फुट लिखाण, निबंध असे लेखनप्रकार आपण हाताळले आहेत. या सर्व लेखनांत आपण नेहमीच जीवन समजावून घेण्याच्या प्रयत्नात आहात, असे आढळते. आपल्या लिखाणाचं हे भक्कम सूत्र उलगडण्यासाठी कुठून सुरुवात करावी?

- स्फुट लेखन मी अत्यंत प्रासंगिक केलं आहे. काही लेख मी लिहिले आहेत. डोक्यात काय चाललं आहे याच्या नोंदी करण्यासाठी ते लिहिले; ते प्रसिद्ध केलेले नाहीत. अलीकडे म्हणजे गेल्या सात-आठ वर्षांत मी फिक्शनवरती जरूर विचार करतो. म्हणजे कादंबरी काय आहे, नाटक काय आहे वगैरे. तसा निबंध वा स्फुट लेखन याचा विचार केलेला नाही.

उदाहरणार्थ- फिक्शन म्हणजे कथात्मसाहित्य हे जीवनाचा अर्थ शोधते म्हणजे काय करते, असा प्रश्न मला पडतो. मग बरीच वर्षं हा प्रश्न डोक्यात राहतो आणि मग मला सुचते की, कथात्मसाहित्याला जीवनाचा अर्थ सापडत नाही तर जीवनाचे गुणधर्म सापडतात. हे सुचले की, त्याचा एखादा पॅरेग्राफ मी लिहून ठेवतो. मग योगायोगपरत्वे लक्षात येते की, हे एखाद्या कादंबरीत घालता येईल. 'खूप लोक आहेत' या कादंबरीत 'कथात्मसाहित्यातून जीवनाचे गुणधर्म सापडतात' ह्याला जागा सापडली. 'प्रेम आणि खूप-खूप नंतर' या आगामी कादंबरीत अशाच प्रकारे एक निबंध जागा पावला.

इथे बोलता बोलता 'जागा पावला' अशी वाक्यरचना केली. लेख कादंबरीत घातला, हे क्रियापद मला चांगले वाटले नाही; म्हणून मनात योग्य शब्द शोधण्याची घालमेल झाली आणि 'लेखाला जागा पावली' अशी वाक्यरचना मनात सापडली. पावली ह्या क्रियापदाच्या मागे 'देव पावला' हे मनात उमटले. अशा प्रकारे कुठली क्रियापदे वापरावीत, अशी घालमेल मनात चालू असते.

रिक्षावाल्याकडे जाताना रिक्षावाल्याशी पहिले वाक्य काय बोलावे, अशी घालमेल अजूनही सतत असते.

हाक मारली, मिठी मारली... यातील 'मारली' हे क्रियापद मनाला पटत नाही. कित्येक दिवस मी त्यावर विचार करत आहे. हाक मारली याऐवजी 'हाळी दिली' हे मला चांगले वाटते; पण 'मिठी मारली' ह्याला चांगला पर्याय सुचलेला नाही. मिठी घातली, हेही काही योग्य वाटत नाही.

ही क्रियापदांच्या शोधाची तऱ्हा ललित अंगाने लिहिता येईल; पण त्या ललित अंगात घालमेल येऊ शकत नाही. शोध घेणे आणि त्यामागची घालमेल याला फिक्शनमध्ये जागा असते. ही गोष्ट एरवी साधीच वाटते, किरकोळ वाटते; पण कादंबरीत वा नाटकात ही किरकोळ गोष्ट योग्य दर्जाने ठेवता येते.

प्रश्न : *म्हणजे फिक्शनपासून सुरुवात करावी. आपल्या कथा प्रसिद्ध व्हायला सुरुवात झाली, त्या सुमारास मराठी साहित्यात नवकथा मान्यता पावलेली होती. तेव्हा कथा वा कादंबरी असे फिक्शनचे प्रकार असतात, ह्याची आपल्याला कितपत जाण होती?*

- सर्वसाधारणपणे अशिक्षितांनाही गाण्यांची बऱ्याच प्रमाणात जाण असते. सुशिक्षितांना शाळेतल्या पाठ्यपुस्तकांमुळे कविता ह्या वाङ्मयप्रकाराचा परिचय होतो. शाळांतून, महाविद्यालयांतून स्नेहसंमेलनात नाटक किंवा नाटकाचे प्रवेश केले जातात. त्यातून नाटक हा वाङ्मयप्रकार आहे, हे कळत होते. प्राथमिक आणि माध्यमिक शाळांतून 'किल्ल्याचे

आत्मवृत्त लिहा' अशा प्रकारचे निबंध यायचे. त्यातून आत्मवृत्त, आत्मचरित्र हे प्रकार माहीत होते; पण हे वाङ्मयप्रकार आहेत, हे माहीत नव्हते आणि या व्यतिरिक्त महाराष्ट्राच्या सभ्यतेत वाङ्मय, वाङ्मयप्रकार, नवकविता, नवकथा हे प्रकार कानांवरसुद्धा पडत नव्हते.

आता मात्र परिस्थिती बदलली आहे. राज्य नाट्य स्पर्धेमुळे नाटक ह्या प्रकाराचा तालुक्यापर्यंत अधिक दाट परिचय होतो आहे. तसेच साठोत्तर काळात कविता या वाङ्मयप्रकाराचाही दाट परिचय झाला आहे. आणि मोठे लिहायचे आहे म्हणजे कादंबरी लिहायची, याचा प्रसार झाला आहे.

प्रश्न : मग आपण कथालेखनाला कशी आणि केव्हा सुरुवात केलीत?

- कथालेखनाला केव्हा सुरुवात केली, हे सांगू शकत नाही. याचे कारण मला कोणतेही सन लक्षात राहत नाहीत. उदाहरणार्थ - इयत्ता आठवीमध्ये मी कोणत्या वर्षी होतो, हे मला आठवत नाही. खूप ताण देऊन आठवावे, असे वाटत नाही. काळाच्या संदर्भात मला माझे आयुष्य आठवत - जाणवत नाही. अनुभवाच्या संदर्भातही मला माझे आयुष्य आठवत नाही. माझा पहिला पगार आला तेव्हा काय वाटले, असे मला आठवत नाही.

इन जनरल, सर्वसाधारणपणे माझी आत्ताची आर्थिक परिस्थिती बरी असली तरी गरिबी म्हणजे काय, हे मला पक्के कळते. त्यानुसार माझ्या आयुष्यातली माझी गरिबी किंवा माझ्या मित्रांची गरिबी आठवते. शाळेत शिकत असल्यापासून आत्तापर्यंत बऱ्यापैकी श्रीमंत मित्रही होते. त्यामुळे श्रीमंती काय हे पण कळते. असे काही काही कळण्याच्या संदर्भातले माझे आयुष्य मला कळते.

आणि मला नीट वाक्यरचना कशी करावी, हे मनात म्हणायची लहानपणापासून सवय होती. शब्दांचे अर्थ कसे होतात, काय होतात हे बघायची सवय होती आणि आहेही. प्रासंगिकपणे कशाचेही चार-दोन वाक्यांत वर्णन लिहून काढायचीही मला माहिती होती. जे प्रचलित आहे ते उलटे करून बघायची सवय होती. ते उलटे करून बघणे याला आसपासच्या परिसरात जागा नाही, हे मला कळत होते; पण हे करणे आवश्यक आहे, हेही मला कळत होते. आत भीती होती आणि आत्मविश्वासही होता; पण कृपा करून ह्यापुढे मला असे भूतकाळात जावे लागेल, असे प्रश्न विचारू नका.

प्रश्न : ठीक आहे, प्रयत्न करतो; पण आपल्याला कथा वा कथात्म लिखाण करता येते वा आपण ते केले पाहिजे, हा शोध कसा लागला?

- पुन्हा हा आत्मचरित्रात्मक प्रश्न आहे. त्याचे हे शेवटचे उत्तर देतो.

लिहीत होतो, पण मला लिहायचे नव्हते. मी शिकत होतो; पण शिकण्यात माझे खूप लक्ष नव्हते. मात्र, मला शिकलेले येत होते. सर्वच लोकांच्या डोक्यात वास्तवापेक्षा फँटसी वगैरे

असतात, तशाच माझ्या डोक्यात होत्या. म्हणजे पैलवान व्हावे, तत्त्वज्ञानी व्हावे, सर्वज्ञ व्हावे; आणि वास्तवात मात्र मी मित्र हुडकून हिंडत होतो, गप्पा करत होतो; पण त्या बिलकुल चिल्लर नव्हत्या. मित्रलोक त्यांच्या मानसिक, घरच्या अशा अडचणी सांगायचे आणि त्या अडचणींचा नक्की मुद्दा कोणता, हे पाहायला मी धडपडायचो. ठामपणे काही सांगता यायचे नाही. लोक ठामपणे कसे बोलतात याचे मला अजूनही आश्चर्य वाटते. परवा ठामपणे बोललेले काल पडते, ही आज आठवण राहिली; तर आज तरी ठामपणे बोलायला नको, असे नको का व्हायला...? मग ठामपणे बोलायचे नाही, तर गप्प बसायचे का? तर गप्प बसा म्हणजे आवाज काढू नका; पण आतल्या आत बोला. आतल्या आत बोलताना आतल्या आत काय होते त्यासह बोला, ह्याला मी फिक्शन म्हणतो.

प्रश्न : *मराठी साहित्यातील लघुकथा ह्या वाङ्मयप्रकाराच्या विरोधात भालचंद्र नेमाडे यांनी झोड उठवली. आपण आणि कमल देसाई यांच्या कथांचा मात्र त्यांनी अपवाद केला. लघुकथांचे दोन संग्रह आपल्या नावावर आहेत. त्यानंतर वा त्या सुमारास 'हे ईश्वरराव, हे पुरुषोत्तमराव' आणि 'शीतयुद्ध सदानंद' या दोन कादंबऱ्याही प्रकाशित झाल्या. लघुकथा, कादंबरी ह्या वाङ्मयप्रकारांवर असलेली आपली हुकूमत त्यातून दिसते. मात्र 'कळ'पासून 'शंभर मी' या कादंबरीपर्यंतचा आपला लेखनप्रवास एका वेगळ्या प्रांतातला वाटतो. मुलाखत घेण्यासाठी येताना असं ध्यानी आलं की, 'कळ' ही कादंबरी नाही. किंबहुना 'कळ'पासून 'शंभर मी'पर्यंत प्रसिद्ध झालेल्या आपल्या प्रायोगिक कादंबऱ्या या कादंबऱ्याच नाहीत; त्यांना फिक्शन म्हणता येईल. फिक्शन नावाची एक वेगळी कोटी त्यासाठी निर्माण करावी लागेल. तुम्ही हे कसे घ्याल?*

- मला तुमच्याशी सहमत होण्यात काही अडथळा वाटत नाही. इंग्रजी शब्द आपल्या तोंडात रुळले आहेत म्हणून फिक्शन हा शब्द वापरायचा. एरवी मराठी शब्द काढायला हरकत नाही. लघुकथा किंवा कादंबरी ह्याची मूळ रचना ठेवून व्याप्ती वाढवता येते, हे साहित्यव्यवहारात अनेक उदाहरणांनी सिद्ध झाले आहे. परंपरेने निश्चित प्रमेये ठरवलेली कादंबरी, कथा, नाटक असे लिहिणे मला नेहमीच जमणारे नव्हते, हे मला कळत होते. मला त्याची गरजही वाटत नव्हती.

भाषा आहे, जगणे आहे आणि शोध घ्यायचा आहे ह्याच्या साह्याने शोध घेण्याची अभ्यासपद्धती निर्माण करायची वा लिहायची, असे माझ्या डोळ्यांसमोर असते. म्हणून अशी अभ्यासपद्धती करून छोटे किंवा मोठे केलेले लिखाण ह्याला फिक्शन हे नाव द्यायला हरकत नाही. मराठी साहित्याच्या व्यवहारात कथा, कादंबरी, कविता, नाटक ह्यांबद्दल चर्चा झाली आहे; पण फिक्शन आणि फिक्शनचे मूळ धातू ह्याबद्दल अजिबात चर्चा झालेली

नाही. त्यामुळे लेखकांना आणि वाचकांना लिहायचे म्हणजे लघुकथा, कादंबरी, कथा, नवकथा हे ठरलेले प्रकारच डोळ्यांसमोर येतात; पण फिक्शन लिहायचे वा फिक्शन वाचायचे असे म्हटले की, एकदम बौद्धिक स्वातंत्र्य प्राप्त होते. बौद्धिक स्वातंत्र्य घेऊन शोध लावणारी कामे करण्याने संस्कृती तयार होते. जमले तर फिक्शनला मराठी समर्पक शब्द जरूर शोधा, ही विनंती. आणि मला स्वत:ला कादंबरी, कथा याच्यातून तुम्ही मानसिकदृष्ट्या मोकळे केलेत, त्यामुळे खरोखर मोकळेपणा वाटतोय.

प्रश्न : फिक्शनच्या रचनेवरती आपण थोडा अधिक प्रकाश टाकाल का?

- आत्तापर्यंत माणूसजातीला ज्ञान निर्माण करायच्या तीन तऱ्हा सापडल्या आहेत - विज्ञान, कला आणि फिक्शन. विज्ञानाचा परिसर - पदार्थ, अवकाश आणि काळ. कलेचा परिसर - आकार, रंग, ध्वनी, मिती. तसा फिक्शनचा परिसर काय?

सर्वसाधारण समज असा आहे की, अनुभवातून ज्ञान मिळते; पण मग बुद्धीचा उपयोग काय? तर चिंतन, मनन, ध्यान यानेही ज्ञान निर्माण होते, हा दुसरा सिद्धांत आहेच.

सामान्य माणसांना ज्ञान निर्माण करायच्या अभ्यासपद्धती साधत नाहीत. विज्ञानाची अभ्यासपद्धती निर्माण करताना विवेकाची शिस्त वापरावी लागते. अर्थात विज्ञानातले शोध लागताना मात्र इंट्यूशनच वापरली जाते.

कलांचे जास्त ध्यान सौंदर्यावर, विवेकवाद, अविवेकवाद, विश्वाचा माहीत नसलेला पसारा, वस्तूंची अगणितता, मनात काळाचा होणारा धरसोडपणा - असे वाट्टेल ते आहे. त्यातले इंट्यूशनने निवडून शोध घेण्याची अभ्यासपद्धती करणारं फिक्शन असतं. 'वेटिंग फॉर गोदो' ही एब्सर्डिटी सिद्ध करणारी अभ्यासपद्धती आहे.

सामान्य माणसांना भाषा आणि चिंतन-मनन या पद्धती वापरूनच ज्ञानापर्यंत पोहोचायची संधी असते. सामान्य माणसांची ही पद्धतच फिक्शनवाला अंगीकारतो आणि अनुभव व प्रज्ञा ह्याच्या साह्याने शोध लावण्याची अभ्यासपद्धती निर्माण करतो. त्यामुळे विज्ञान, कला यापेक्षा सामान्यांना फिक्शन हे जास्त जवळचे वाटते.

अज्ञातातले शोधायचे हे अंधारात चाचपणे असते. ज्ञात असलेल्या अनेक कल्पना पुन:पुन्हा समोर येतात. त्यातल्याच काही वापराव्यात असा उतावळेपणा होतो, पण त्या कल्पना निरुपयोगी आहेत, हेही कळत असते. ती घालमेल सोसत नव्या कल्पना काढाव्या लागतात. फिक्शनला सुरुवात असते म्हणजे भौतिकदृष्ट्या पहिले वाक्य म्हणजे सुरुवात एवढेच आहे. त्यामुळे पहिले भौतिक वाक्य हे पात्राच्या मानसिकतेबद्दल, शारीरिक ठेवणीबद्दल त्याच्या भूतकाळाबद्दल असले पाहिजे, असे काहीही नाही. मग काय असावे? तर, हजार शक्यता असतात.

प्रश्न : फिक्शनमध्ये संवाद असतात. संवाद नाहीतच, असे फिक्शन असू शकणार नाही? असा प्रश्न केला की संवादाची सक्ती जाते. माणसांच्या स्थिती, मानसिक प्रक्रिया, शारीरिक हालचाली, परिसरातल्या वस्तू या सगळ्यांचा तपशील देता येतो. तपशील दिलाच पाहिजे का? द्यायला नकोच का? - ह्या दोन टोकांत अनेक शक्यता असतात.

- शहरात फिक्शन घडते किंवा खेडेगावात फिक्शन घडते; तर त्या शहराचे वर्णन वा गावाचे वर्णन द्यायलाच हवे का, की अजिबात नको? या दोनमध्ये अनेक शक्यता आहेत.

शोध घेण्याचा मुद्दा कुठेही येऊ शकतो. इतके केले की फिक्शनची रचना म्हणजे अभ्यासपद्धती तयार होते. प्रत्येक वाक्य लिहिताना दहा टक्के, पंचवीस टक्के, सत्तर टक्के खुलेपणा ठेवा; मग दुसरे वाक्य येऊ द्या. खुलेपणा ठेवत-ठेवत जायचे आणि लक्ष इतकेच ठेवायचे की, काही नवा शोध लागतो की नाही. नवा शोध लागत नसेल तर आधी केलेले काम फाडून टाकायचे.

प्रश्न : लेखन करताना फिक्शनच्या तुलनेत नाटक या वाङ्मयप्रकारासाठी खूप अटी आहेत. तो वाङ्मयप्रकार आपण कसा हाताळता?

- नाटक म्हणजे मला शारीरिक हालचाली असे दिसते तर ड्रामा असा जो शब्द वापरला जातो, त्या अनुषंगाने मला काही भावत नाही. शारीरिक हालचाली अशा असतात की, ज्या गद्यामध्ये नेमकेपणे व्यक्त केल्या तर ठराविकच होतील; पण अनेक प्रकारे अशा हालचाली होऊ शकतात हे माझ्या लक्षात येते, तेव्हा मी नाटक या वाङ्मयप्रकाराकडे येतो. उदाहरणार्थ- संताप आलेला माणूस, त्याच्या शारीरिक हालचाली. संताप आलेल्या माणसाच्या एका विशिष्ट पद्धतीनेच हालचाली होत असतील, तर त्या मी फिक्शनमध्ये लिहितो; पण संतापातून अनेक प्रकारच्या शारीरिक हालचालीही अर्थपूर्ण होऊ शकतात, असे मला दिसले तर मी नाटकाकडे जातो, आणि बाकी म्हणाल, तर नाटक हे मी एक प्रकारचे निवेदनच समजतो. निवेदन आणि शारीरिक हालचाली ह्या दृष्टीने मी नाटकाकडे पाहतो. त्यामुळे संघर्ष, उकल करण्याच्या नाटकाच्या पद्धतीची मला गरज वाटत नाही.

प्रश्न : 'शीतयुद्ध सदानंद' या नाटकाचे चार दिग्दर्शकांनी रंगमंच सादरीकरण केले. 'कळ'मधल्या काही भागांचे वेगवेगळ्या दिग्दर्शकांनी रंगमंचावर सादरीकरण केले. अलीकडे 'कळ'मधल्या एका भागावर कोल्हापूरच्या एका ग्रुपने रंगमंचीय सादरीकरण केलेले आहे. 'शंभर मी'मधल्या काही भागांवर आविष्कारच्या ग्रूपने आणि देवल क्लब, कोल्हापूरच्या ग्रूपने रंगमंचीय सादरीकरण चालू ठेवले आहे, तुमची प्रतिक्रिया?

- मी निवेदनात्मक गद्य लिहीत असतो, त्यातही नाटक असते.

प्रश्न : सध्या कोणतं लिखाण सुरू आहे आणि केव्हा प्रकाशित होण्याची शक्यता आहे?

- आता कादंबऱ्या हा शब्द न वापरता फिक्शन हा शब्द वापरून बोलायचे झाले, तर गेली चारएक वर्षे तीन कथात्मसाहित्याचं लिखाण चाललेलं होतं. त्यातल्या एका कथात्मसाहित्याचा पहिला खर्डा २००१मध्ये झालेला होता. त्याचा तिसरा खर्डा पूर्ण झालेला आहे. उरलेल्या दोनमधल्या एकाचा दुसरा खर्डा पूर्ण झालेला आहे आणि एकाचा पहिला खर्डा चालू आहे. याच्यातच वेगळे सुचले म्हणून वरील खर्डे बाजूला ठेवले आणि ते काय आहे त्याच्या नोंदी काढायला लागतो तर पुढे-पुढे जायला लागले. त्याचा चौथा आणि शेवटचा खर्डा गेल्या महिन्यात पूर्ण झाला. त्याचे नाव आहे 'प्रेम आणि खूप खूप नंतर'. याचे खर्डे होत असताना चंद्रकान्त पाटील आठवड्यात एखादा दिवस चार-पाच तासांसाठी माझ्याकडे यायचा, तेव्हा अधून-मधून वाचन व्हायचे. शेवटचा खर्डा पूर्ण झाल्यावर चंद्रकान्त पाटीलने पूर्ण वाचन केले. माझे प्रकाशक रामदास भटकळ यांनी एक अशी पद्धत पाडली की, माझ्या फिक्शनचा फायनल खर्डा झाला की मी आणि भटकळांनी एकत्र वाचायचा. त्यासाठी ते पुण्यात यायचे. आत्ता त्यांच्या आजारपणामुळे पुण्यात येणे शक्य नव्हते, म्हणून मी मुंबईला त्यांच्या घरी गेलो आणि रामदास भटकळ, अस्मिता मोहिते, लैला भटकळ, चित्रा ह्यांच्यासमवेत रोज पाच तास असे कादंबरीचे वाचन दोन दिवस केले अन् कादंबरी प्रकाशनासाठी सोपवली. आता केव्हा छापतात, ते बघू.

सुनील तांबे : लेखकावर विविध प्रभाव असतात. आपल्या पूर्वसूरींचे वा समकालीन लेखकांचे, तत्त्वज्ञानाचे वा सामाजिक-राजकीय आंदोलनांचे. 'दज स्पेक झरतुष्ट्र' ह्या नित्शेच्या ग्रंथाचा अनुवाद आपण केला होता. तसेच जे. कृष्णमूर्ती यांच्या चिंतनाचे काही धागे आपल्या कथात्मसाहित्यात विशेषत: 'आणि बाकीचे सगळे' व 'बिनमौजेच्या गोष्टी' या दोन कथासंग्रहांत दिसतात. यासंबंधात आपली प्रतिक्रिया जाणून घ्यायला आवडेल.

- फिक्शनचे दोन प्रकार असतात. ज्ञात असलेले ज्ञात पद्धतीने सांगणे, ह्याला लोकप्रिय फिक्शनचा प्रकार म्हणता येईल. अज्ञातातले काही शोधू पाहणारे आणि आत्तापर्यंत वापरल्या गेलेल्या पद्धतींपेक्षा वेगळ्या पद्धतीने लिहिणे - याला खरे तर कारण नसताना पण - प्रायोगिक फिक्शन म्हणतात. प्रायोगिक फिक्शनमध्ये अज्ञातातले शोधायचे आहे, हे आव्हान घ्यायचेच असते. आणि आव्हान घेतले तर आधी जे शोधले गेले आहे ते कादंबरीत घेता येते; पण ते ओलांडत वा हाताळत अज्ञातातले शोधायचेच असते. आधी

जे शोधले गेलेले आहे त्याचा प्रभाव असला, तरीही अज्ञातातले काही तरी शोधायचेच आहे, इकडेच ध्यान असते.

आता एक तर, भारतात जन्माला आले की, तुम्हाला कुठून ना कुठून अध्यात्म हा शब्द कानावर पडणारच. त्यातल्या गोष्टी, संत, त्यांची प्रवचनंही कानांवर पडणार, गुंगवणार. जसे की, आत्ता तंत्रज्ञान गुंगवत आहे. आणि तंत्रज्ञानात गुंगलेलेसुद्धा पुन्हा अध्यात्मात गुंगताहेत. भारताची भूमी आध्यात्मिक आहे, प्रत्येक माणूस आध्यात्मिक आहे आणि प्रत्येकाने अध्यात्म करायला पाहिजे, असे वातावरण दिसते. इतके की, जीवनात अध्यात्मच महत्त्वाचं आहे आणि बाकी सगळे नंतरचे आहे, असे कोणताही माणूस केव्हा ना केव्हा कबूल करतो. कुणी ओशोचे सांगतात, कुणी अरबिंदोचे सांगतात, कुणी शंकर महाराजांचे सांगतात, कुणी रमण महर्षींचे सांगतात, कुणी शंकराचार्यांचे बोलतात आणि जे. कृष्णमूर्तींचे बोलणारे तर खूपच आहेत. माझ्याभोवती कृष्णमूर्तींचे बरेच मित्र होते. मी कृष्णमूर्ती नंतर वाचलाही. कृष्णमूर्तींच्या वाक्यांवरूनही मी विनोद केले मनात आणि मित्रांमध्ये.

कधीपासून मला प्रश्न पडला आहे की, मी आध्यात्मिक झालो तर त्यात विनोद कसे काय आणायचे? आणि असेही माझे प्रश्न आहेत की - माणसाने मत्सरी असू नये तर मत्सर घालवायचा कसा - लोभ घालवायचा कसा, संयम पाळायचा कसा ह्यांची प्रक्रिया कुणीही सांगत नाही. मीपणा गेला पाहिजे, हा अध्यात्मातला कळीचा प्रश्न. मीपणा घालवायचा कसा याची प्रक्रिया सांगितली जात नाही, इथे मी येऊन थांबलोय; पण हे प्रश्न मी फिक्शनमध्ये आणतो. उदाहरणार्थ- मत्सर घालवायचा कसा, हा प्रश्न 'यकृत' नाटकात येतो, आणि ब्लॅक कॉमेडी अंगाने येतो. मी पुस्तकं वाचतो. त्यातून मी मुख्य मुद्दे असे घेतो. मुद्द्यांचा प्रभाव नसतो; ते मुद्दे किती सिरिअस आहेत आणि ते माणसांचे मूळ प्रश्न आहेत की नाहीत, हे जोखून ते मुद्दे मी घेतो. ते मुद्दे माणसाच्या जगण्यात कुठे असतात त्याचा वेध घेतो. कुठे असू शकतील, असे काल्पनिक प्रसंगही निर्माण करतो. माणूस मत्सराचे काय करतो हे मी पाहतो आणि त्या प्रश्नाचे मी फिक्शनतर्फे उत्तर शोधण्यात कुठपर्यंत जाऊ शकेन तितके करतो. त्यामुळे कोणाचेही वाचायला आणि त्यात मुद्दा असेल तर तो गंभीरपणे घ्यायला मी बांधील असतो.

पण एक गोष्ट आहे - भारतीय समाजात अध्यात्माचा काही तरी गंड झालेला आहे.

(२०१५)

लिखित

‘दर्शन’च्या निर्मिती प्रक्रियेविषयी...

‘दर्शन’ हे नवीन नाटक मी नुकतेच - चारपाच दिवसांपूर्वी लिहून पूर्ण केलेय. आता त्यात झाले तर किरकोळ बदल होतील. बदल - किरकोळ असले तरी - करायच्या दिशा कोणत्या? समजणे ही क्रिया स्वच्छ राहतीय ना - हे भान. तर्कशास्त्र कुठे कसे कलंडतेय का- हे पाहणे.

‘दर्शन’ नुकतेच लिहून झालेय. म्हणजे ते अजून रंगमंचावर आलेले नाही. कुठे छापलेलेही नाही. अशा नाटकाची जन्मकथा वगैरे ‘नांदी’त छापतील की नाही, याचा काही भरोसा नसतानाही, ‘दर्शन’वरच लिहायचे मनात आले. अगदी हातातोंडाशी आहे ‘दर्शन’ची जन्मकथा वगैरे म्हणून. ‘दर्शन’बद्दल अगदी संपूर्ण नाही लिहिणे जमणार. वर्तमानपत्राची शब्दसंख्येची मर्यादा हे जसे कारण, तसेच माझ्या मनातले सेन्सॉर हेही एक कारण.

विज्ञान, वाङ्मय, कला, कौशल्ये - हे सभ्यतेचे आणि संस्कृतीचे घटक आहेत. त्यावरून मी गेली साताठ वर्षे ‘कळ’ या नावाची एक कादंबरी लिहीत आहे. ‘कळ’चे अखेरचे लिखाण चालू आहे. मराठी नाटक हा विषय डोक्यात होता. ‘दर्शन’ नाटकाचा हा विषय झालाय - मराठी नाटक.

गेली पंचवीस वर्षे मी महाविद्यालयीन स्तरावर फिजिक्स : भौतिकशास्त्र हा विषय शिकवतोय. फिजिक्समध्ये प्रॉपर्टीज ऑफ मॅटर ही एक शाखा आहे. म्हणजे मराठीत काय? तसे मराठीत अर्थ कोणी विद्यार्थी विचारत नाहीत. ठीकय, न विचारू दे. प्रॉपर्टीज

ऑफ मॅटर या शब्दसमूहाचा अर्थ मनाला छान, नीट भिडतो का? प्रॉपर्टीज ऑफ मॅटर याखाली जे शास्त्रीय सिद्धांत, नियम, व्याख्या, गणिते येतात ती विद्यार्थी म्हणू शकतो, लिहू शकतो - विचार होत गुंगून जातो का? असा प्रश्न मला पडतो. इंग्रजीतून फिजिक्स शिकणे याने जी स्थिती येते, ती 'दर्शन'मध्ये येते. मग 'गुंगून जाणे' यावर विचार सुरू होतो. गुंगून जाणे - असे कोणकोणते विषय आहेत एकूणच माणसाजवळ? असा प्रश्नच मग 'दर्शन'मध्ये घेतला जातो. आता हे प्रश्न काही 'उरकून' टाकण्याचे नसतात. असे प्रश्न सततच असणार. पुढच्या लेखनात येणार. मी कथा लिहितो, कादंबरी लिहितो, नाटक लिहितो. माझे सगळे लिखाण सलग आहे. अमूक एका कथेतला मुद्दा, प्रश्न पुन्हा एखाद्या नाटकातही येतो.

परमेश्वर : माणूस म्हणून जन्माला आले की, परमेश्वर हा विषय पाचवीला पुजलेला असतो. आणि आता तर राजकीय पातळीवरही परमेश्वर हा मुद्दा येईल. मला हा कायम प्रश्न आहे की, धर्मवाल्या पक्षातल्या लोकांना 'परमेश्वर भेटावा' असे वाटते का? हा प्रश्न मी अडवाअडवीसाठी नाही करत. परमेश्वरप्राप्ती हा मुद्दा भारतीय समाजातून जात चाललाय का? 'दर्शन'मध्ये हा मुद्दा येतोय. शिवाय व्यक्तिशः मला परमेश्वर या संबंधातून मर्मदृष्टी घ्यायचीच आहे- कितीही गुंतागुंतीची असली तरी - आणि तेही मी माझ्या नाटकात घालणारच. लिहिणे हे मला स्वतःला समज यावी, स्पष्टपणा यावा - यासाठीही असतेच. लिहिणे ही उगाच गंमत नाही. हां, आता वाक्यरचना, परिच्छेद हे गंमतशीर करू; पण विश्वाचे कोडे गंभीरपणेच घ्यायचे : हेही मग आपोआपच 'दर्शन'मध्ये येते.

आता लिहिणे चालते ते काय रोजचे व्यवहार टाळून चालते? रोजचे जगणे आपण फार बारकाईने पाहतो. आपले वाहवत जाणेही आपल्या चांगले लक्षात येते आणि दुसऱ्यांचा वावरही आपण पाहतोच. त्यावरून पात्रांचा वावर ध्यानात येतो. तरी हे काम फार जिकिरीचे ठरते. आपले स्वतःचे, इतरांचे वेगवेगळ्या स्थितींतले वावरण्याचे नाना प्रकार आठवतात- त्यावरून : वावरण्याच्या प्रकारांची सरमिसळ होत पात्रांचे वावर कागदावर सुरू होतात. खाडाखोड सुरू होते. तरी हे सोपे ठरते. नाटकाचे पुढचे पुढचे लिखाण होत जाणे जास्त शक्ती खाणारे ठरते.

एक तर माझे कोणतेच लिखाण एका किंवा एखाद्या विषयाला वाहिलेले नसते. आपण राजकारणी व्यक्ती नसतो की स्ट्रॅटेजी आखून जुळवाजुळव करावी. आपण कलेचे मॅनेजर नसतो की पुढचे सीन मॅनेज करावेत. आपल्याकडे कुठलाही अजून इझम् नाहीय. आपण अजून कशाचे प्रचारक नाही. आपण कुणाचे विरोधक नसतो - लिहिताना संपूर्ण जबाबदारी घेतली जाते. तशी पेलत नाही. फार थकायला होतं. धर्मवाद्यांच्यातले एमेस्सी,

पीएचडी झालेले कुठे शास्त्रज्ञ झालेत? अशा वाटेने जाताना, शोध घेताना कोणता इसम उपयोगी पडणाराय? ह्या वाटेने जायला आपल्यालाही कुणी विरोधक नसतं, की आपणही कुणाचे विरोधक नसतो.

मग उत्स्फूर्ततेला खूप जागा ठेवावी लागते. उत्स्फूर्ततेतली सच्चाई ठरवणे फार कठीण असते. मला ती काही वेळा समजते. काही वेळा समजत नाही. उत्स्फूर्ततेआधी फार घालमेल असते. ही घालमेल माझ्या सर्व लिखाणात असते. 'दर्शन'मध्ये आहेच. उत्स्फूर्ततेबद्दलचा आणखी एक मुद्दा लिहायला हवा. जीवनातली उत्स्फूर्तता कुणाच्याही वाट्याला येऊ शकते - मन मोकळे असेल तर, उत्स्फूर्तपणे एखाद्या गाण्याची चाल सुचत नाही, कारण गाणे हा माझ्या मेंदूत एक भाग झालेला नसतो. नाटक लिहिणे हा माझ्या मेंदूत एक भाग झालेला असतो, म्हणून मला नाटक सुचू शकते.

'दर्शन' नाटक सुचले, त्याला कारणीभूत झालेला प्रसंग सुमारे वर्षापूर्वीचा. माझ्या एका मित्राने बंगला बांधला. दोनेक वर्षांनी मी त्याच्या बंगल्यावर गेलो. ह्या मित्राशी मी अगदी थेट बोलतो. 'कसा काय वाटतोय बंगला?' मित्राने विनोदी पद्धतीने विचारले. त्याने विनोदी पद्धतीने विचारले, कारण त्याला ज्ञान ह्या गोष्टीची थोरवी माहीत आहे आणि ज्ञान ह्या क्षेत्रात आपण काही करत नाही- ह्याची त्याला काही खंतही आहे.

मित्राच्या बंगल्यातून बाहेर पडल्यावर डोक्यात काय दिसले : एक पाहुणा एका बंगल्यात राहायला आला. तिथे त्याचा पाहुणचारही छान झाला. तो रात्री झोपी गेला. आणि मध्यरात्री भोकांड पसरून, अक्षरश: भोकांड पसरून रडत उठला, उठून भोकांड पसरत रडत राह्यला. रडत तो म्हणत होता - ह्या बंगल्यात मला करमत नाहीय! - म्हणजे हे नाटक. नाटकच आहे.

माणसाला आयुष्यात कोणकोणत्या कृतींशी करमते? कोणकोणत्या विषयांशी करमते? किती करमते? ॲब्सोल्यूट करमते का? का करमणूक रिलेटिव्ह आहे? ॲब्सोल्यूट हा इंग्रजी शब्द आपल्या विचारात कुठून आला? मराठीतला काही शब्द का नाही आला? मग आइन्स्टाइनची थिअरी ऑफ रिलेटिव्हिटी आठवली. मी फिजिक्स शिकवतो, शिकतो ते... ते आइनस्टाइनचे 'सटल इज द लॉर्ड' फिजिक्समधले 'मिस्ट्री ऑफ युनिव्हर्स' इत्यादी हजार आठवले.

नंतर मी आजारी होतो. लिहू शकत नव्हतो. तेव्हा हे नाटक मनात पूर्ण रचायचे, असे ठरवले. आराखडा जुळवला. नंतर बरा झालो तरी सलग लिहू शकत नव्हतो. तासा अर्धा तास दिवसाला असे तुटक आणि कमी शक्तीने लिहिलेले सगळे वाया गेले. पुरेशी शक्ती देऊ लागलो, तेव्हा काही धड सुचू लागले.

ह्या काळात चंद्रकान्त पाटील पुण्याला वरचेवर येत होता. गेले वर्षभर आम्ही 'फिक्शन म्हणजे काय?' ह्यावर दोघांनीच चर्चा आरंभल्या होत्या. त्यावेळी मी चंद्रकान्त पाटीलला सबंध नाटक तोंडी सांगायचो. लिहिताना अर्थात बदल व्हायचा. एकदा चंद्रशेखर जहागीरदार आला. त्यालाही तोंडी नाटक सांगितले. त्यातले विज्ञान, इंग्रजी, धर्मवादी, बिनधर्मवादी असे राह्यले; पण प्रसंग बदलले गेले. एकदा सतीश तांबे, हेमंत कर्णिक, सुनील तांबे आले. त्यांना नाटकातले जोक्स सांगितले. अशी काही पाने लिहून झाली. मग चंद्रकांत कुलकर्णी, गणेश यादव, नंदू माधव, रवी जोशी आले. लिहून झालेली चाळीस-पन्नास पाने त्यांनी वाचली. चर्चा केल्या. एकदा एस. के. कुलकर्णी, प्रभाकर वर्तक आले. त्यांनी नाटक वाचले. जे लोक जीवनातले मुद्दे स्वत:ला लावून घेतात, त्यांना लिखाण मुद्दामहून दाखवायला मला आवडते. जे लांबून मुद्दे घेतात, त्यांच्याशी एरव्ही बोलतानाही नर्व्हसपणा येतो.

आजारपणाच्या काळात मित्रांशी बोलून 'दर्शन' चालू राह्यले. नंतर सुट्या पडल्या. वेळ मिळू लागला. ताजेतवानेपणाची शक्ती लिखाणाला देणे जमू लागले. जे थोडे लिहून झाले होते, ते अधिक नीट करून घ्यायला, त्याची व्याप्ती, खोली बघायला लागलो. तरी धडपडून तर्क नाही लढवत मी. घालमेलीतून वर काय येतेय, तिकडे ध्यान लावतो मी. असे काही जुळले पाहिजे की - मर्मदृष्टी यावी, स्वच्छ वाटावे. तिरकस, ब्लॅक, चांगले, वाईट, कडू, कॉमेडी असे हजार घडत असताना - मर्मदृष्टी यावी आणि स्वच्छ वाटावे - ह्यासाठी रात्रंदिवस युद्धाचा प्रसंग असतो. लिहिताना युद्धाचा प्रसंग असतो.

नाटकाचे नाव कसे आले? विषय दिसतो तेव्हापासून नाव शोधण्याचा मन प्रयत्न करते. टप्प्याटप्प्यावर वेगवेगळी नावे दिसतात. मित्रही वेगवेगळी नावे सुचवतात. माझे लिखाण इतके व्यामिश्र असते की नाव शोधण्यात बुद्धी फार फिरत राहते. लिखाणाला मला नाव असे लागते की - कंडिशनिंग फुटावे. पूर्ण नाटक सुधीर जोशीसह वाचले.

'दर्शन' लिहीत होतो, तेव्हा माझ्या एका मित्राला हार्ट ॲटॅक आला. मला टेन्शन आलं. घाबरायला झालं. घाबरण्याच्या स्थितीचं माझ्या लिखाणात येतंच. मित्राला हार्ट ॲटॅक आल्यानंतर अशा प्रचंड दुखण्यातही सर्जनशील राहता येते काय? : लिहिणे, संशोधन करणे, चित्रं काढणे वगैरेशिवाय नुसते असणे हे सर्जनच असू शकते काय? अगदी मरतानाही सर्जन असू शकते काय? असे प्रश्न. 'दर्शन'मध्ये हे थेटपणे नाही आले. लिखाणाची, जगण्याची हे प्रश्न ही प्रेरणा असतेच.

(१९९९)

कथात्मसाहित्य : रंग, रूप, दर्जा

समाजाला भूमी असते. समाजात अनेक लोकसमूह असतात. लोकसमूह नाना कारणांनी एकमेकांशी जोडलेले असतात. लोकसमूहांना एकमेकांविषयी कर्तव्ये असतात; एकमेकांवर हक्क असतात. सर्व लोकसमूहांना काही कायदे, नियम समान असतात. समाजात अनेक भाषा असतात, अनेक धर्म असतात; अनेक विचारसरण्या असतात; अनेक रीतिरिवाज, चालीरीती, रुढी असतात; नाना प्रकारच्या श्रद्धा असतात, नाना प्रकारच्या अंधश्रद्धा असतात; दंतकथा असतात. समाजाला भूतकाळ असतो; इतिहास असतो; आशा-आकांक्षा, स्वप्ने असतात; भविष्याविषयी आखणी असते; सृष्टिरहस्याबद्दल, जीवनरहस्यांबद्दल धारणा असतात; कलाप्रकार असतात, समाजात प्रश्न असतात; समस्या असतात- संघर्ष असतात, संकटे असतात, त्यांवर उपाय काढायच्या चर्चा असतात, प्रयत्न असतात. ह्यांतून समाज जगण्याची व्यवस्था निर्माण करत असतो.

हे सर्व मिळून समाजाची सभ्यता तयार होते. समाजाची भूमी ही व्यक्तीची भूमी असली तरी व्यक्तीला स्वत:ची भूमी, घर असते. व्यक्ती समाजाची असली तरी स्वत:चीही असते. व्यक्तीला स्वत:ची भाषाशैली असते; स्वत:च्या आवडीनिवडी, सवयी, विचार, विकार, प्रश्न, समस्या, संघर्ष, श्रद्धा, अंधश्रद्धा असतात; सृष्टिरहस्याबद्दल, जीवनरहस्याबद्दल स्वत:च्या धारणा असतात. व्यक्तीला स्वत:ची पद्धत असते, हे सर्व मिळून व्यक्तीची सभ्यता होते.

व्यक्तीला समाजाची सभ्यता असते आणि स्वत:ची सभ्यता असते.

कथात्मवाङ्मयात व्यक्ती असते आणि समाज असतो; व्यक्तीची सभ्यता असते आणि समाजाची सभ्यता असते; शिवाय लिहिण्याची, लेखकाची सभ्यताही कथात्मवाङ्मयात येते.

ह्या तिन्ही सभ्यता मिळून कथात्मवाङ्मयाची सभ्यता होते.

सभ्यता हे कथात्मवाङ्मयाचे एक अंग होय.

सभ्यता ह्या अंगामुळे कथात्मवाङ्मयाचा रंग ठरतो.

जे जे ज्ञात आहे, त्यांतले निवडून जगण्यासाठी माणसांनी व्यवस्था निर्माण केलेली असते, ती सभ्यता होय. ज्ञातमधले निवडण्यासाठी, निवडताना मूल्ये तयार होतात, निवडून उरलेल्याला असभ्य किंवा अनैतिक म्हटले जाते. असभ्य ते ते नष्ट करायचा प्रयत्न होत असतो. असभ्य सर्वच नष्ट होत नाही. असभ्यातले नष्ट न झालेले लपवून, दडवून ठेवले जाते. उघड झाले की लगेच त्याची निंदा केली जाते. निंदा करणे हिंसकही होऊ शकते. जे सभ्यतेत आहे, त्यांतले काही असभ्य आहे, असा वाद सुरू होतो. जे असभ्य म्हटले गेलेय, त्यात काही सभ्य आहे, अशी चर्चा सुरू होते. सभ्यतेत अज्ञाताबद्दल काही कल्पना, धारणा असतात; त्यांच्या खरेखोटेपणाविषयी चर्चा, वाद सुरू होतात. सभ्यता बदलली पाहिजे, असा संघर्ष उभा राहतो. आधीची सभ्यता उलथवून टाकून नवी सभ्यता करायची बंडे होतात. अज्ञाताचा शोध घेण्याच्या वेगळ्या पद्धती निर्माण होतात. माणसाच्या स्वभावाबद्दल शोध घेतले जातात.

शोध घेणे, समजावून घेणे ही माणसाची सनातन प्रेरणा आहे. माणूस अस्तित्वात असलेल्या सभ्यतेचा शोध घेतो; अज्ञाताचा शोध घेतो; मानवी स्वभावाचा शोध घेतो. माणसाच्या शोध घेण्याच्या अंगाला मी संस्कृती म्हणतो.

कथात्मवाङ्मयही शोध घेते. कथात्मवाङ्मय अस्तित्वात असलेल्या सभ्यतेचा, माणसाच्या स्वभावाचा, अज्ञाताचा शोध घेते. काय शोध लागतोय हे सतत पाहिले जातेच; शिवाय ही कारागिरी शोध सिद्ध करतेय का, हेही पाहिले जाते. कारागिरी शोध लावते आणि सिद्धताही देते. म्हणून कारागिरी हाही शोध ठरतो. नवे रूप निर्माण होते. शोध लागणे आणि त्याची सिद्धता म्हणजेच वाङ्मयकृती.

शोध घेण्यासाठी काही युक्ती, प्रयोग करणे, हा एक प्रकार झाला. अजून एक प्रकार असतो. कारागिरी करताना अकस्मात सुचणे. हे अकस्मात सुचणे बहुधा वाक्यांच्या स्वरूपात असते. अशी साक्षात्कारी वाक्ये वाङ्मयकृतीत येतात. अशी वाक्ये वाचकांच्या लक्षात राहतात. वेळप्रसंगी अशी वाक्ये वाचक उद्धृत करतो. अशी वाक्ये सभ्यतेने

स्वीकारली, तर त्यांना सुभाषिते म्हटले जाते. सभ्यतेला विरोध करणाऱ्यांनी स्वीकारली तर त्या घोषणा होतात. अशा वाक्यांचा मी आणखी एक प्रकार करतो - भाषिते. भाषिते हा सुभाषिते आणि घोषणा ह्यांच्या मधला प्रकार असतो. भाषिते म्हणजे अशी वाक्ये, जी सभ्यताही स्वीकारत नाही, की सभ्यतेला विरोध करणारेही स्वीकारत नाहीत, आणि ह्या दोघांनाही नाकारत नाहीत.

कथात्मसाहित्याच्या निर्मितीमधील सूत्रे सारांशरूपाने पुढीलप्रमाणे मांडता येतील. १. जाणवणे, २. युक्ती, प्रयोग सुचणे, ३. प्रयोगानुसार प्रसंगांची निर्मिती आणि रचना करणे कारागिरी, ४. भाषिते.

प्रयोगामुळे रचनेत, कारागिरीत पुढील घडते. १. कथनातून शोध घेण्याची प्रक्रिया घडत राहते. २. शोध लागतो, ३. कथन हे शोधाची सिद्धता होते; म्हणजे नवे रूप निर्माण होते. ४. कथनाला पूर्णत्व येते.

रंगांमुळे, रूपांमुळे, भाषितांमुळे वाङ्मयकृती समृद्ध आणि वाचनीय होते.

वाङ्मयकृतीचा दर्जा जो शोध लावलाय, त्या शोधाच्या दर्जामुळे ठरतो. सर्वात श्रेष्ठ शोध म्हणजे जीवनाच्या स्वरूपाविषयीचा शोध होय.

सभ्यतेत बदल घडवून आणण्याचे महत्त्वाचे काम कथात्मवाङ्मयाने केलेले आहे. मानवी स्वभावाबद्दलही कथात्मवाङ्मयाने महत्त्वाचे शोध लावलेले आहेत. अशा कथात्मवाङ्मयाला सभ्यतेचे कथात्मवाङ्मय म्हणता येईल.

जे कथात्मवाङ्मय जीवनाच्या स्वरूपाचा शोध लावते, त्याला संस्कृतीचे कथात्मवाङ्मय म्हणता येईल. संस्कृतीचे कथात्मवाङ्मय म्हणजे अभिजात कथात्मवाङ्मय.

संस्कृतीच्या कथात्मवाङ्मयाने जीवनाच्या स्वरूपाविषयी काय शोध लावले आहेत?

माझे निरीक्षण असे आहे; कथात्मवाङ्मयला अख्ख्या जीवनाचे स्वरूप अजून गवसलेले नाही. कथात्मवाङ्मयाने जीवनाचे काही गुणधर्म जरूर शोधले आहेत. माझ्या मते कथात्मवाङ्मयाने आतापर्यंत जीवनाचे पुढील गुणधर्म शोधले आहेत. १. जीवन आनंदस्वरूपी आहे. २. जीवन असंगत आहे. ३. जीवन अर्थरहित आहे.

जीवनाचे हे गुणधर्म परस्परविरोधी आहेत. हे उघड आहे. ते का आणि हे परस्परविरोधी गुणधर्म एकत्र येऊ शकणारा, असा जीवनाचा एखादा गुणधर्म आहे काय, असा प्रश्न मला पडतो आहे. हा तत्त्वज्ञानाचा प्रश्न आहे. कथात्मवाङ्मयाने तत्त्वज्ञानाचे प्रश्न नेहमीच हाताळले आहेत.

सभ्यतेत कपड्यांचा, अन्नपदार्थांचा, निवासाचा, नात्याचा असे अनेक आनंद असतात. कथात्मवाङ्मय भाषेचा, रूपाचा आनंद देते. दैनंदिन व्यवहारात सरासरी भाषा वापरली

जाते. कथात्मवाङ्मयात अचूक अनेकार्थी, विचित्र, अनेक बाबी कवेत घेणारी भाषा वापरली जाते. ह्याच्या अनेक पद्धती असतात. ह्या पद्धतीला भाषाशैली म्हणता येईल. भाषाशैलीमुळे भाषेचा आनंद निर्माण होतो. रूपेही अनेक प्रकारची असतात. रूपाच्या सौंदर्यामुळे आनंद निर्माण होतो.

शोध लागण्यासाठी जगणे पणाला लावावे लागते. हे रोमहर्षक असते. जगणे पणाला लागण्याच्या रोमहर्षक जागा कथात्मवाङ्मयात असतात. शोध लागण्याची स्थिती अद्‌भुत असते, हे मानवी इतिहासात अनेकदा दिसले आहे. ही अद्‌भुत स्थिती कथात्मवाङ्मयात येते. लागलेला शोध ओळखीचा होऊ शकतो. शोध लागण्याच्या स्थितीची अद्‌भुतता पुन्हा पुन्हा अनुभवावी वाटते आणि असे वाङ्मय पुन्हा पुन्हा वाचले जाते.

उच्च दर्जाच्या कथात्मसाहित्याची लक्षणे मी खालीलप्रमाणे देतो -

१. भारावून टाकते पण स्वातंत्र्य जपते.
२. भाषेची जाण वाढवते.
३. विवेकवादाची जाण वाढवते, विवेकवादाची मर्यादा शोधते.
४. व्यामिश्रतेचा अभ्यास करायच्या पद्धती असतात, ह्याची जाण देते.
५. सभ्यता बदलायची प्रेरणा देते.
६. बौद्धिक, भावनिक उदारता देते.
७. अमूर्त चिंतनाची जाण देते.
८. समजावून घ्यायची जबाबदारी निर्माण करते.
९. प्रत्येकाला काही ना काही मिळते.
१०. जगण्यात श्रेष्ठ काय, ह्याची अमूर्तपणे जाण देते आणि लज्जास्पद काय आहे, ह्याची स्पष्ट जाण देते.

(२००८)

ह्याची गोष्ट करता आली असती तर...

आणि बाकीचे सगळे - ज्यांना दुरुस्त्या सुचताहेत, त्यांनी ते करावे. मला विचार होताहेत ते असे :

जिथे गाव तिथे रस्ता, तिथे एस. टी., तिथे ग्रामपंचायत, तिथे प्रशस्त, स्वच्छ, सुंदर, पुस्तकसंपन्न, मोफत, दिवसाचे अठरा तास उघडे ग्रंथालय - नको? हवे तर शेजारी स्वस्त चहाचे छोटे हॉटेल. शाळा ते विद्यापीठ इथे शिक्षण होते आणि समांतरपणे ग्रंथालयातून शिक्षण होते. स्वतःचा स्वतःच अभ्यास करायची, समजावून घ्यायची गोष्ट घडायला हवी. पानपट्टीवाले, टपरीवाले, छोटे दुकानदार, मजूर, तरुण, स्त्रिया, शेतकरी, राजकारणी, एकूणेक नागरिक ग्रंथालयात येताहेत, वाचक होताहेत, अशी गोष्ट घडायला हवी.

महाराष्ट्रातील श्रीमंत लोक ग्रंथालये निर्माण करण्यात पुढाकार घेताहेत, अशी गोष्ट घडायला हवी. वाचन करणे ही माणसाची नैसर्गिक क्रिया नाहीये जसे भूक लागणे, तहान लागणे इत्यादी. वाचन करणे हे कौशल्य आहे आणि ते कमवावे लागते. जसे पोहणे, ड्रायव्हिंग करणे, भांगलणी करणे इत्यादी. कोणतेही कौशल्य प्राप्त करण्यासाठी चिकाटी, तंत्रशिक्षण, ध्यान देणे, बुद्धी वापरणे हे गुण आवश्यक असतात. वाचनकौशल्य ह्याचे संशोधन व्हायला हवे. वाचनकौशल्य ह्यावर गोष्ट, कादंबरी, कविता, नाटक लिहिता येईल. आदर्श वाचक कोणीच असू शकत नाही.

वाचलेले सगळे शंभर टक्के एकदम कळले पाहिजे असा हट्ट धरण्यात अर्थ नाही. कळेल तेवढे कळून घेत वाचन चालू ठेवायचे. कळत कसे जाते, ह्यावर संशोधन करता येईल, गोष्टही लिहिता येईल. वाचक होणे म्हणजे अभ्यासू होणे.

वाचनक्रियेत भाग घेणाऱ्या आणखी दोन गोष्टी असतात. १) मजकुराला वाचनीयता असणे, २) मजकूर समजावून देणारा असणे.

मराठीतल्या पुस्तकांना (सर्व प्रकारच्या) खरोखर किती वाचनीयता असते? वाचक वाचायला लागला की वाचतच राहू शकतो, असे होते का? वर्तमानपत्रातल्या मजकुराला किती वाचनीयता असते?

वाचनीयतेचे घटक काय असतात?

ह्यांचे संशोधन होणे आवश्यक नाही का?

ह्यावर गोष्टही होऊ शकते.

मजकूराला शैली असते. शैलीनुसार अर्थ येतो. शैली ते अर्थ हे समजावून देणारे ते टीकाकार. जो अर्थ निष्पन्न होतो, त्या अर्थाची थोरवीही टीकाकार सांगतात. थोरवी ठरवणे हे ज्ञानमिमांसाचे काम असते. टीकाकार तत्त्वज्ञानी असावा लागतो. असे तत्त्वज्ञानी टीकाकार नसतील तर वाचक पोरके होतात. लेखक बेशिस्त होतात.

कोणत्याही समाजात बहुसंख्य नागरिक सेकंड क्लासचे असतात. म्हणून वाचक, लेखक, टीकाकार हेही सेकंडक्लासचेच बहुसंख्य असतात. याला इलाज नसतो आणि यावरून वाईट वाटून घ्यायची गरज नाही.

सेकंड क्लासच्या नागरिकांच्याबाबतीत बौद्धिक ऊर्जा कमी आणि मानसिक ऊर्जा जास्त असे असते. मग त्यांना मौज, उत्सव, जत्रा टाईप करावे वाटते. मौज, उत्सव, जत्रा याला हरकत का असावी? नकोच. सेकंडक्लास नागरिक बौद्धिक क्षेत्रात येतात आणि बौद्धिक क्षेत्रातही मौज, उत्सव, जत्रा करू लागतात, तेव्हा बौद्धिक क्षेत्र संकोचू लागते आणि सेकंड क्लास नागरिक बौद्धिक क्षेत्रात फर्स्टक्लास नागरिक म्हणून वावरू लागतात, तेव्हा बौद्धिक क्षेत्र भ्रष्ट होते. शिवाय सेकंडक्लास नागरिकांच्यामध्येही मानसिक समस्या निर्माण होतात. साहित्य हे बौद्धिक क्षेत्र आहे.

जे खरोखर बुद्धिमान, फर्स्टक्लासचे आहेत, त्यांना अशा समाजात अधिक जबाबदारीने वागावे लागते. सेकंडक्लासवाले फर्स्टक्लासवाल्यांशी जवळीक करून स्वत:ला स्थान प्राप्त करून घेऊ पाहतात. फर्स्टक्लासवाले गाफिल होऊन सेकंडक्लासवाल्यांशी रमले तर मात्र भ्रष्टाचार वाढीला लागतो. फर्स्टक्लासवाल्यांनी सेकंडक्लासवाल्यांना टाळायचे असते. आपल्या सगळ्यांना एकत्रच राहावे लागणार आहे. खरे तत्त्व तर असेच आहे की

सगळ्यांवर प्रेमच करायला हवे. हे तत्त्व कृत्रिमपणे आचरणात आणले तर विदुषकीपणा होतो. हे तत्त्व व्यक्तिमत्त्वाचा, जगण्याचा नैसर्गिक भाग होणे ही अतितपश्चर्येची गोष्ट आहे. अशी तपश्चर्या करत राहावे. त्यातलाच भाग म्हणून फर्स्टक्लासवाल्यांनी निष्ठेने सेकंडक्लासवाल्यांना थोर निर्मिती म्हणजे काय? हे सतत निदर्शनास आणून द्यावे आणि थोर निर्मिती आपल्याकडून निर्माण होत नाही हे मान्य करण्यात स्वातंत्र्य आहे, हे सेकंडक्लासवाल्यांना शास्त्रीय पद्धतीने स्पष्ट करावे, करत राहावे. सेकंडक्लासवाल्यांबरोबर जगताना फर्स्टक्लासवाल्यांनी आपला एकांतवास जपावा, साधावा आणि फर्स्टक्लास निर्मिती करण्यातल्या वेदना स्वीकाराव्यात. फर्स्टक्लासवाला हा फर्स्टक्लासवाला असतो आणि शंभर टक्केवाला नसतो, ही गोष्टही फर्स्टक्लासवाल्यांनी लक्षात घ्यायची असते. फर्स्टक्लासवाल्यांनी शोध घेण्याच्या प्रेरणेशी अत्यंत प्रामाणिक राहून कठोरपणे सेल्फअसेसमेंट करत निर्मिती करावी. दुर्लक्षितपणा वाट्याला आला तर दु:खी व्हावे. त्यात शरमेची गोष्ट नाही.

फर्स्टक्लासवाल्यांनी आणखी एक करावे. चार फर्स्टक्लासवाले एकत्र येतातच. त्यांचे बेबी युनिव्हर्स निर्माण व्हावे, छोटे विद्यापीठ निर्माण व्हावे आणि त्यांनी थोर निर्मितीची लक्षणे आणि प्रत्यक्ष निर्मिती यात पॅशनेटली गुंग व्हावे, अशी साताठ यंग स्कूल मोप ज्ञान निर्माण करू शकतात.

अशी छोटी विश्वे लेखकांची टीकाकारांची तयार होतात, पण टिकत नाहीत असे दिसते. थोर निर्मितीचा शोध घेण्याच्या पॅशनवरून ध्यान ढळते, हे त्याचे कारण आहे. शिवाय आणखी एक कारण संभवते ते असे थोर निर्मितीच्या लक्षणांबद्दलचे मुद्देच सुचत नसावेत, किंवा शोध घेण्याची पद्धत सापडत नसावी आणि आपल्याला वाटते तेच बरोबर म्हणत निर्मिती करत राहायचे. मग एक गट फुटतो. दुसरा करायचा. तोही फुटतो. मग तिसरा किंवा गटात एकमेकांची निर्मिती चांगली म्हणत राहायचे किंवा त्याचे मत वेगळे न् माझे वेगळे असे म्हणत राहायचे. असे तरुणपण जाते. निर्मितीचे रूळ पडतात. निर्मितीला सार्वकालीनता येत नाही. लेखक संपतो - संपतो म्हणजे शरीरानेही संपतो. लेखकाच्या नातेवाइकांना पुढाकार घेऊन त्याची स्मरणे करायची वेळ येते. लेखकांबद्दल लिहिले जाते / बोलले जाते, त्यात तेच तेच मुद्दे येतात. नवे सापडत नाही.

फर्स्टक्लासवाल्यांनी स्वत:शी, इतरांशी फर्स्टक्लासवाला म्हणून जगावे आणि येईल तो प्रसंग अंगावर घ्यावा, स्वत:ला सतत टेस्ट करावे. फक्त कायद्यासमोर नागरिकाप्रमाणे वागावे.

आता काही व्यावहारिक गोष्टी :

काही प्रकाशक कॉन्ट्रॅक्ट, रॉयल्टी याबद्दल सैल असतात. प्रकाशक लेखकाकडून पैसे घेतात अशीही उदाहरणे बोलली जातात. ह्यावर काय करायचे?

पुस्तक छपाई, शुद्धलेखन, मांडणी ह्यात सुधारणांना खूप वाव आहे.

हे सगळे गोष्टीत लिहिता आले असते तर किती मजा आली असती. गोष्टीत पात्रे असतात आणि ती चूक-बरोबर दोन्ही वागू शकतात. गोष्टीबाहेर विचार व्यक्त करणे म्हणजे बरोबरपणाचे टेन्शन! आणि आव! गोष्टीत टेन्शन आणि आव मजेदार होतात.

(२०११)

मजेदार शक्ती

तिघंजण होते. एक लेखक, एक वाचक, एक टीकाकार.

तिघांचं आकस्मित एकत्रित एक छोटं विश्व झालं होतं. तिघं खूप बुद्धिमान होते, असं नाही. तिघं खूप सिन्सिअर होते, असं नाही. तिघं चिंतनशील होते असं नाही. अकस्मात एखाद्या वेळी बारक्याशा कालखंडात माणसं बरीचशी सिन्सिअर होतात, जेवढी आहे, तेवढी बुद्धी पुरेपूर वापरू लागतात, काही जाणावं, एकमेकांशी शेअर करावं असं त्यांना वाटू लागलं, तसे लेखक, वाचक टीकाकार ह्यांचं एकदा झालं.

आता एकदा ते तिघं त्यांच्या छोट्या विश्वात लेखक, वाचक, टीकाकार ह्या अवस्थेत कार्यरत झाले, तर साहजिकच ते साहित्यावर बोलू लागले.

ते काहीसं स्वत:शी बोलत होते आणि काहीसं उरलेल्यांशी बोलत होते. अशी सुंदर गोष्ट घडत होती.

वाचक म्हणाले, 'मी तसा वाचन करायचो; पण अलीकडे मला वाचनाची गोडी म्हणतात, ती लागलीय. पूर्वी मी जास्त करून वर्तमानपत्रं, साप्ताहिकं वाचायचो. अलीकडे मी कथा-कादंबऱ्या वाचायला लागलोय. कविता वाचायच्या, असं मनात येतंय; पण कविता वाचायचं मन घेत नाहीय.'

लेखक म्हणाले, 'नोकरी करून लेखनवाचन करायचं, त्यामुळे माझं वाचन चौफेर नाही. अलीकडे मला माझी अशी युक्ती सुचलीय. एखादं सर्वसाधारण पुस्तक

म्हणजे, इतिहासावरचं, भूगोलावरचं, सायन्सवरचं, अगदी पाककलेवरचं ह्यांसारखे एखादं अगदी थेट तत्त्वज्ञानावरचं, एकदोन कवितासंग्रह, एखादी परदेशी कादंबरी, एकदोन आपल्याकडच्या कादंबऱ्या, कधी कधी कवितासंग्रह असं मी जवळ ठेवतो. लेखन करता करताच वाचतो. म्हणजे वाटलं तर लिहितो, वाटलं तर वाचतो, थोडं लिहितो, थोडं वाचतो... असं कसंही. नोकरी, घरकाम ह्यांतून उरलेल्या वेळात वर्षभर ही जमलेली पुस्तकं वाचतो. एकदा, दोनदा... कितीही वेळा वाचत राहतो. सगळंच्या सगळं समजावूनच घ्यायचं, असं नाही करत. समजत राहील तेवढं समजू देत, असं. मग वर्षभरांनी अगदी वर्षभरांनी असं नाही... मी पुस्तकं बदलतो. मला मित्र चांगले मिळालेत. ते मला पुस्तक देतात, सुचवतात.'

टीकाकार म्हणाले, 'तत्त्वज्ञानावरची पुस्तकं मला खरं तर वाचायचीत; वाचायचीत म्हणजे अभ्यासायचीत. पॉलिटिकल थिअरीज् पण वाचायचीत. खास सवड काढून वाचायचीत; पण सवड निघत नाहीय. चर्चासत्रांच्या निमित्तानेच माझं जास्तकरून वाचन होतं; किंवा एखाद्या मासिकाने, वर्तमानपत्राने लेख मागितला की अलीकडे मला काही तरी जाणवतं, दार किलकिलं उघडल्यागत वाटतं; पण पूर्ण दार नाही उघडलं जात.'

वाचक म्हणाले, 'मी फक्त वाचक आहे. मनोरंजनासाठी, गोष्टीसाठी, माणसं - म्हणजे गोष्टीतली पात्रं - काय आहेत; त्यांचे काय काय होतंय, कशामुळे होतं - ह्याची उत्सुकता वाटून, उत्सुकता आली पाहिजे हा, मी वाचतो, हां, आणखी एक, काही काही वेळा वर्णन वगैरे वाचताना भाषेचा आनंद होतो. वाचलेल्यातलं दुसऱ्याला किंवा स्वत:ला काही तरी, एखादं वाक्य, एखादा प्रसंग एखादा शब्द सांगता यायला पाहिजे. अगदी दहा वर्षांनी पण आठवलं पाहिजे.' टीकाकाराकडे बघून वाचक म्हणाले, 'तुम्ही वाचता तो प्रकार माझ्या वाचनात असतोच. टीकाकार वाचक असतोच, आणखीही असतो. आशय किती श्रेष्ठ आहे, हे मनात येत राहतं आणि श्रेष्ठतेच्या कसोट्या काय? ह्यावर वरचेवर नव्यानव्याने विचार करावा लागतो. एकदाच पक्कं करून चालत नाही. रचना कशीय आणि श्रेष्ठ आहे का? असं मनात येतं. म्हणजे मुख्य म्हणजे, श्रेष्ठ म्हणजे काय? ह्याची व्याख्या वरचेवर शोधावी लागते. श्रेष्ठतेची लक्षणं कळणं फार अवघड गोष्ट आहे. युद्ध जिंकणारा योद्धाही श्रेष्ठ वाटतो आणि परमशांतीचा माणूसही श्रेष्ठ वाटतो. इतिहास पाहिला तर श्रेष्ठतेच्या लक्षणांवरनं मन चक्रावून जातं.'

वाचक म्हणाले, 'लेखकाचं वाचन कसं असतं?'

टीकाकार घाईनं म्हणाले, 'मी सांगतो. लेखक साधा वाचकही असतो आणि टीकाकारही असतो.'

लेखक संकोचून म्हणाले, 'माझ्यापुरतं मी एक थोडंसं वेगळं ठरवलंय. म्हणजे बघा, एखाद्या पुस्तकात कशाचं वर्णन आलं तर, ते वाचून मी शिकायला बघतो की, ते वर्णन किती का चांगलं असेना, त्यापेक्षा आणखी किती प्रकारे वर्णन करता येईल. असं सगळीकडे बघतो. हां, आता श्रेष्ठतेच्या लक्षणांवरून बोलायचं तर, चक्रावून जायला होतं. माझ्यापुरतं मी ठरवलंय, श्रेष्ठतेची लक्षणं ठरवताना उतावीळ व्हायचं नाही.'

वाचक जणू स्वत:शीच म्हणाले, 'मला कसं वाटतं की, आपल्याकडे अध्यात्माचं इतकं चालतं, इतके गुरूलोक आहेत, इतकी आध्यात्मिक शिबिरं होतायत, तर कथेत, कादंबरीतनं अध्यात्माचं कायी ना कायी यायला पायज्ये.'

लेखक म्हणाले, 'आणखी काय काय यायला पाहिजे?'

'खूप आहेय', वाचक म्हणाले.

टीकाकार म्हणाले, 'आपल्याला काय काय सुचतंय त्याची यादीच करूया का? म्हणजे काय आहेय, काय नाहीय, असं नाही. आपल्या मनात काय विषय म्हणजे आता आहेत, येतायत, त्याची यादी?'

वाचक म्हणाले, 'ते मजेशीर आहेत.'

तिघांनी आठवून आठवून यादी तयार केली.

१. अध्यात्म, २. धर्म, ३. ह्या धर्मातल्या माणसाची त्या धर्माबद्दलची समज, ४. व्यवसाय, ५. विचारसरण्या, ६. भ्रष्टाचार, ७. चळवळी, ८. शहरं, गावं, त्यांचं सौंदर्य, घाणपणा, ९. रूढी, १०. कायदे : पाळणे आणि मोडणे, ११. नातेसंबंध, १२. परप्रांतीय, परदेशी माणसांशी संबंध, १३. माणसाची शारीरिक ठेवण, १४. माणसाचा अडाणीपणा, ढोबळपणा, शहाणपणा, १५. माणूस भारतीय किती? प्रांतीय किती? माणूस किती?, १६. माणसाच्या जगण्यातल्या प्रक्रिया व स्थित्या, १७. माणूस केव्हा, कशाप्रकारे, कशाला धरून राहतो, १८. माणसाची बौद्धिक, मानसिक प्रक्रिया, १९. श्रेष्ठतेबद्दलची माणसाची धारणा, २०. माणसाची कल्पनाशक्ती, २१. भाषा वापरायची पद्धत, २२. आर्थिक व्यवहार, २३. अस्मिता, २४. जीवनाची अद्‌भुतता.

वाचक म्हणाले, 'पुरे अजून सुचतेय; पण पुरे. एकाच वेळेला विचार करायला नाही जमत. थांबत थांबत विचार करायला जमतेय.'

लेखक मनात म्हणाले, 'थांबत थांबत विचार करायला जमते, ही प्रक्रिया, ही माणसाची गती लिखाणात घ्यायला पाहिजे. माणसांच्या शेकडो पिढ्यांनी थांबत थांबतच विचार केलाय. माणूस फडाफडा विचार केव्हा करतो, हेही लिखाणात घ्यायला पाहिजे.'

टीकाकार हसून म्हणाले, 'पुरे तर पुरे; पण मी अशी यादी करीन केव्हातरी. मला हा एक्झरसाइज केलाच पाहिजे.' टीकाकार यादीवरनं नजर फिरवत म्हणाला, 'वर्गीकरण केलं पाहिजे. बघू नंतर.'

लेखक मनात म्हणाला, 'जगताना काही विषय सलग असतात, त्या सलगपणात तरी इतर विषय कसेही, कुठेही, कश्याही प्रकारे येतात... माणसातली अतार्किकता... ही अद्भुत असते.'

डोळे अर्धवट मिटून वाचक अनपेक्षितपणे स्वत:लाच म्हणाले, 'आणखी एक विषय सुचतोय.'

'हं', लेखक उत्सुकतेने म्हणाले.

'शक्ती'. डोळे मोठे करून वाचक म्हणाले, 'जगताना माणसाला आतून शक्ती वाटली पाहिजे. काहीही परिस्थिती येवो, जगायची शक्ती वाटली पाहिजे. जगताना बघा, हरेक कामात, व्यवहारात... चिडचिड होते. नीट कुठे कायी नायी. चिडचिड होते, अपसेट होतं, विस्कटतं, किरकिर होते... जगायची आत शक्ती पायज्ये का नायी? म्हणजे बघा, हे कटकटीचं जगणं, किरकिर... गोष्टीत येऊ द्या, येणारच. पण लिखाणाची पण अशी काय तरी शक्ती असली पाहिजे की, मला नीट नायी मांडता येत, पण लिखाण वाचताना समजायची मजा नको का लिखाणात असायला? समजणं ही मजा असतेच ना? असं कायी तरी म्हणायचंय मला. हे आपल्या यादीत घ्या.'

टीकाकार मन लावून ऐकत होते, थांबून यादीवर नजर लावून म्हणाले, 'मजेशीर शक्ती - असं इथे लिहून ठेवतो. आणखी योग्य शब्द सुचला तर बघू.'

लेखक मनात पुटपुटले, 'समजणं. मजा. शक्ती. मजा. समजण्यातली मजा. मजेशीर शक्ती. छान आहेय लिखाणाचे लक्षण.'

टीकाकार म्हणाले, 'वाचक, वाचनप्रक्रिया ह्यावरही कादंबरी होऊ शकते.'

हसत वाचक म्हणाले, 'टीकाकार, टीकाप्रक्रिया ह्यावर पण कादंबरी होईल की मग.'

'हजारो विषय आहेत', टीकाकार म्हणाले.

लेखक मनात गुंग झाला.

वाचक म्हणाले, 'आजच्या आपल्या बोलण्यावर पण होईल काय तरी लिखाण.' थांबून वाचक म्हणाले, 'पण आता पुरे म्हणजे ज्यादा नाही सोसवत. आणखीन म्हंजे, मला आईचं औषध आणायचंय. निघू या? मजा आली आज.'

अशी त्यांची छोटीशी न ठरवून झालेली बैठक संपली.

लेखक मनात म्हणाले, 'वाचक सवडीने वाचू शकतो, लेखक सवडीने लिहू शकतो; पण तो आतून आतून सतत लेखक असणार. लेखकाला कुटुंब असणार, नोकरी असणार... तरी तो आतून सतत लेखक. घरच्यांना, समाजाला समजलं पाहिजे लेखक सतत लेखक असतो. लेखक कुणाचा नसतो. स्वतःचाही नसतो.'

टीकाकार मनात म्हणाले, 'खूप काम केलं पाहिजे. स्वतःचे प्रश्न हवेत. प्रत्येक प्रश्न स्वतःचा केला पाहिजे आणि उत्तर सर्वांचे असले पाहिजे.'

पुढे दोन दिवस अधूनमधून लेखकाच्या मनात ह्या न ठरवता झालेल्या छोट्या मीटिंगवर विचार येत होते.

केव्हातरी लेखकाच्या मनात आले : व्यक्ती विशिष्ट असते. व्यक्तीला सर्वसाधारण लेखता येत नाही. फिक्शन व्यक्तीचे असते. प्रत्येक व्यक्ती विशिष्ट असते म्हणून अनेक कथा, कादंबऱ्या, नाटके संभवतात.

केव्हातरी लेखकाच्या मनात आले : व्यक्तीला सर्वसाधारण धरूनही फिक्शन होऊ शकेलच.

केव्हातरी - फिक्शनबद्दल सैलपणेच विचार करावा.

केव्हातरी - लेखकाने आपले वैचारिक, मानसिक व्यूह सैलसर ठेवावेत; हे बरे. अज्ञातातले आकळण्यासाठी अस्तित्वात अवकाश हवा ना. केव्हा तरी-

आपल्या मीटिंगवरच्या गोष्टीत तिन्ही पुरुष आलेत. 'म्हणाले' असं चक्क क्रियापद आलंय.

पुरुष का?

शंका घ्यायच्याच.

प्रत्यक्ष आहे तेच का घ्यायचं?

मग काय?

तिन्ही स्त्रिया?

की, दोन स्त्रिया न् एक पुरुष?

की, एक स्त्री न् दोन पुरुष?

स्त्रीला/ (दोन असतील तर) स्त्रियांना : लेखक करायचं, की वाचक की टीकाकार?

काय कसोटी?

केवळ वास्तवातल्याच कसोट्या का वापरायच्या?

घोळ होतोय.

होऊ दे घोळ.

जगण्यात असतोच की घोळ.

अर्थात सगळं जगणं घोळ नसते. जगण्यातला काही भाग तरी निश्चित, ठराविक असतो. उरलेला घोळ असतो.

जगण्यातल्या ठराविक भागाला ठराविक आकार असतो. प्रत्येक घोळाचा आकार वेगळा असतो.

फिक्शनचा एकूण घाट म्हणजे : ठराविक आकार + (घोळाचा) बिनठराविक आकार.

म्हणून प्रत्येक फिक्शनचा वेगळा घाट.

घोळ प्रसंगातून, संवादातून, वर्णनातून, घाटातून, भाषेतून हाताळायचा...

केव्हा तरी लेखकाच्या मनात आले : सरळ लेखकव्यक्ती, वाचक-व्यक्ती, टीकाकारव्यक्ती असे शब्दप्रयोग करावेत. लिंगघोळ मिटतील.

ह्या गोष्टीपुरते लिंगघोळ मिटतील.

इतर अनेक ठिकाणचे लिंगघोळ मिटवण्यासाठी वेगवेगळ्या युक्त्या/ तत्त्वे शोधावी लागतील.

इतर प्रकारचे घोळ मिटतील असं नाहीच.

घोळ हाताळावे तर लागणारच. जगण्यात आणि फिक्शनमध्ये.

केव्हा तरी लेखकाच्या लक्षात आलं : घोळ हाताळायला ऊर्जा पाहिजे.

कसली ऊर्जा? विशेषण काय?

अरे, वाचकव्यक्तीने सांगितले होते की, मजेशीर ऊर्जा.

जगण्यात मजेशीर ऊर्जा असेल तर मजा!

फिक्शनमध्ये मजेशीर ऊर्जा असलीच पाहिजे.

वाचकव्यक्ती म्हणाली होती : समजणं हे मजेशीर असतं.

फिक्शनमध्ये समजणं घडतंच.

एकूणेक समजणं?

लेखक स्तब्ध झाला.

केव्हातरी लेखक मनात म्हणाला, कधी काही समजणं तरी घडलं पाहिजेच.

ह्यावरही लेखकाला मनातून बरं वाटलं नव्हतं.

आणि केव्हा तरी अचानक : जगण्यासाठी सगळं समजणं ही अट नाहीच, वाटतं.

लेखकाला आता छोटंसं हसू आलं.

लेखक नंतर ह्या मुद्द्यानिशी कित्येक दिवस गप्प झाला.

केव्हातरी लेखक मनात म्हणाला, 'फिक्शनमध्ये शोध लागला पाहिजे.'

भराभर लेखक मनात म्हणाला, 'शोध घेण्याची ऊर्जा मजेशीर असते.'

आणि लेखकाला सुचू लागलं : जे जे आहे, त्यातलंच शोधलं जातं. शोधणं अवघड असतं, निर्मिती करणं सोपं असतं. निर्मितीचे साचे होतात. पुढे साच्यातून प्रॉडक्शन होतं. शोध लावणारं लिखाण कमी असतं. प्रॉडक्शन सोपं असतं.

केव्हा तरी लेखक मनात म्हणाला, 'ह्या दृष्टिकोनातून आता आपण परभाषी आणि मराठी भाषी लिखाण पुन्हा एकदा वाचू. आपल्यालाही शिकायचं आहे.'

(२०११)

वसंत ऋतूत भारत

इथे कोणत्याही व्यक्तीला स्वत:चे एखादे काम स्वत:च करण्याचा आत्मविश्वास नाहीए, व्यक्तीला असहायता वाटते.

व्यक्तीपुढे दोन पर्याय असतात -

१. ओळख काढून काम करणे - म्हणजे मध्यस्थ गाठणे. इथे भ्रष्टाचाराची सुरुवात होते आणि व्यक्तीच्या जगण्याला तडा जातो. व्यक्ती आपले तडफडणे जवळच्या लोकांपाशी व्यक्त करते.

जवळचे लोक म्हणतात : अवघड झालेय जगणे.

२. कोणीतरी पुढे येते, म्हणते : आपण आपल्या प्रश्नांसाठी लढा दिला पाहिजे.

'लढा देणे' हा शब्दप्रयोग का वापरला जातो?

हा समाज आपलाच आहे ना? हे सरकार आपलेच आहे ना? आपल्या समाजाविरुद्ध लढा? आपल्या सरकारविरुद्ध लढा? आपल्या सरकारला दुरुस्त करायचे- हेच उद्दिष्ट आहे ना? मग 'लढा' शब्द कशासाठी?

लोकशाहीत 'लढा' शब्द नको.

'लढा' हा शब्द घालवण्यासाठी शासनाने लोकशाहीवादी भूमिका पाळली पाहिजे. शासन जितके जास्त लोकशाहीवादी होईल, तितकी जनताही लोकशाहीवादी होईल. सरकारने सतत जनतेचा कानोसा घेत कारभार केला पाहिजे. सरकार हटवादीपणाने,

हेकेखोरपणाने कारभार करणे सोडून देऊन इतके लोकशाहीवादीपणे वागले पाहिजे की विरोधी पक्ष आणि जनता लोकशाहीवादी होईल. 'लढा' हा शब्द घालवणे ही सरकारचीच प्रामुख्याने जबाबदारी आहे.

लढा देण्याच्या आत्तापर्यंत निर्माण झालेल्या काही पद्धती अशा :

१. कोर्टात जाणे, २. काळ्या फिती लावणे, ३. मोर्चा काढणे, ४. घेराव घालणे, ५. दगडफेक, जाळपोळ करणे, ६. उपोषण, ७. आमरण उपोषण.

कोर्टात जाणे, काळ्या फिती लावणे, मोर्चा काढणे, उपोषण करणे या पद्धतीत 'नाश करणे' हा लढाईचा पैलू नाही.

घेराव घालणे, दगडफेक, जाळपोळ करणे यात 'नाश करणे' हा लढाईचा पैलू आहे.

आमरण उपोषण हे जगण्याच्या नैसर्गिकतेविरुद्ध आहे.

लोकशाहीत जगण्याच्या नैसर्गिकतेविरुद्ध वागायची कुणावर पाळी येऊ नये. सरकारने कधीही असे क्रूर होऊ नये.

काळ्या फिती लावणे, मोर्चा काढणे, उपोषण : या पद्धती जगण्याच्या नैसर्गिकतेला किंचित तरी ओलांडतात.

कोर्टात जाणे : न्यायसंस्था भक्कम हवी.

सरकारला चुका दुरुस्त करायला लावण्याच्या आणि जगण्याची नैसर्गिकता टिकेल अशा पद्धती शोधायला हव्यात.

एकूणच भारतीय सभ्यता जगण्याच्या नैसर्गिकतेला अडथळा आणणारी आहे. त्याचा परिणाम म्हणून भारतीय माणूस आतल्या जगण्यात दबलेला असतो आणि बाहेरच्या जगण्यात गोंधळलेला असतो. भारतीय माणसाला व्यक्तिगतपणे जगण्याची मजा घेता येत नाही. म्हणून तो सामूहिक उत्सवीपणाकडे जाऊ पाहतो आणि अकस्मात उन्मादी अवस्थेत जातो.

भारतीय माणसाविषयी ही निरीक्षणे आहेत. निरीक्षणे ही 'हायपॉथिसिस' असतात. 'थिसिस' होण्यासाठी निरीक्षणे सत्य आहेत, हे सिद्ध करावे लागते. त्यासाठी अभ्यासपद्धती निर्माण करावी लागते.

राजकारणी लोक सर्वसाधारण माणसापेक्षा सभ्यतेत काही प्रमाणात तरी उंच हवेत ना?

व्यापारी आपल्या मुलाला व्यापारात घालतो. कारखानदार आपल्या मुलाला कारखानदारीत घालतो. हे साधू शकते. कारण व्यापार, कारखानदारी या शाखा कौशल्याच्या आहेत. कवी आपल्या मुलाला कवीपणात नाही घालू शकत. शास्त्रज्ञ आपल्या मुलाला शास्त्रज्ञ नाही करू शकत. कारण कविता, शास्त्र ही बौद्धिक क्षेत्रे आहेत. राजकारणी आपल्या मुलांना

राजकारणात घालतात. राजकारण हे कौशल्याचे क्षेत्र आहे? बौद्धिक क्षेत्र नाही? प्रत्यक्ष राजकारण्यांची - उच्चस्तरीय राजकारण्यांचीही - राजकारण हे कोणत्या प्रकारचे क्षेत्र आहे, याबद्दल काय जाण आहे?

आपल्या पाल्यावर तुमची महत्त्वाकांक्षा, तुमच्या इच्छा लादू नका. तुमच्या पाल्याला त्याच्या आवडीनुसार उद्योग-व्यवसाय निवडू द्या, असे शिक्षणतज्ज्ञ सांगतात. हे तत्त्व राजकारणी पालकांना लागू नाही काय?

फिक्शनमध्ये लिहिता येईल असा मुद्दा : भारतात राजकारण्यांची एक पिढी अशी हवी - ज्यांची मुले राजकारणात येणार नाहीत. त्या मुलांनी वडिलोपार्जित प्रॉपर्टीवर सुखात नुसते जगावे - हवे तर. नुसते सुखात जगणे खूप अवघड असते.

मुद्दा आहे - राजकारण्यांची बौद्धिक समज किती?

काही अपवाद वगळता राजकारणी कोणत्याही ज्ञानशाखेचा तज्ज्ञ असू शकत नाही. तो डिग्री होल्डर असू शकतो. राजकारण्याचा सर्व ज्ञानशाखांशी परिचय हवा. सौंदर्यशास्त्राशी परिचय नसेल तर नगरसेवक शहर सुंदर काय करणार? जगण्यातला डौल म्हणजे काय, यावर राजकारणी कधीच विचार करत नाहीत? सर्व राजकीय पक्षांनी आपापल्या कार्यकर्त्यांना अनेक विषयांवरची पुस्तके वाचायची सवय लावली पाहिजे, त्यांचा बौद्धिक क्षेत्राशी संबंध आणायला हवा.

घर खरेदी-विक्री, जमीन खरेदी-विक्री या व्यवहारात गेल्या पन्नास-साठ वर्षांपासून काही टक्के चेकने, काही टक्के कॅश अशी पद्धत पडलेली आहे. हे राजकारण्यांना माहीत नाही? बेकायदेशीर बांधकामे होतात, हे त्यांना माहीत नाही? उच्च पातळीवरच्या राजकारण्यांना बोफोर्स, टूजी स्पेक्ट्रम... अशांचीच माहिती असते?

बुद्धिमान राजकारण्यांचे बौद्धिक व्यवहार कसे चालतात, याचा अभ्यास आवश्यक आहे.

राजकारण्यांनी सत्तास्पर्धा करावी, आपली राजकीय उद्दिष्टे पूर्ण करायचा आटोकाट प्रयत्न करावा, अगदी वैयक्तिक महत्त्वाकांक्षा भागवण्यासाठी कार्यरत राहावे. मानवी जटिल स्वभावाचे तत्त्वज्ञानात्मक भान जरूर जरूर ठेवावे. 'जीवनाचे रहस्य हे अंतिम कुतूहल' हाच तर मानवी प्रज्ञेचा सुंदर पैलू आहे.

शंभर टक्के आदर्श, चांगला, सज्जन समाज असू शकेल?

तशी अपेक्षा कुणी ठेवतेय?

कमीत कमी किती टक्के आदर्श, चांगला, सज्जन समाज असला पाहिजे?

हे कोण ठरवू शकेल?

कुणीही ठरवू शकेल. नोकरशाहीत विचारस्वातंत्र्य आहे. उत्तरे शोधण्याचे तीन टप्पे असतात : १) वाद-प्रतिवाद २) विश्लेषण, ३) मेथडॉलॉजीची निर्मिती. मेथडॉलॉजी निर्माण करणाराच अचूक उत्तर देऊ शकतो.

मेथडॉलॉजी निर्माण करणे हे बौद्धिक क्षेत्रातले काम आहे.

आदर्श, चांगला, सज्जन समाज म्हणजे काय?

याचीही उत्तरे अनेक येऊ शकतात. अशा प्रश्नाचे अचूक उत्तर शोधण्यासाठी मानवजात सनातन काळापासून प्रयत्नशील आहे. वाद-प्रतिवाद, विश्लेषण या टप्प्यावर अशा प्रश्नांचे उत्तर शोधण्याचा प्रयत्न होतो आहे. याचे उत्तर शोधण्याची मेथडॉलॉजी अजून मानवाला सापडलेली नाही. हा प्रश्न ओपन आहे. उत्तर शोधण्याची चिकाटी ठेवणे हे कार्यरत असलेल्या सभ्यतेचे लक्षण आहे.

कमीत कमी किती टक्के आदर्श, चांगला, सज्जन समाज असला पाहिजे?

याचे फिक्शनमधले उत्तर असे असू शकते : कमीत कमी ३५ टक्के समाज आदर्श, चांगला, सज्जन असला की तो समाज 'पास' झाला.

आदर्श, सज्जन, चांगला समाज म्हणजे काय?

याचे फिक्शनमधले उत्तर असे असू शकते : ज्या समाजात कमीत कमी ३५ टक्के जगणे सुकर असते.

भारतीय समाज 'पास' आहे की नापास आहे?

माणसात सुष्ट आणि दुष्ट दोन्ही प्रवृत्ती असतात. माणसाला दुष्ट प्रवृत्तीतून मुक्त करण्यासाठी सनातन काळापासून प्रयत्न चालू आहेत.

अजूनही हा प्रश्न ओपन आहे.

मानवी स्वभाव : यावर गंभीरपणे, खोलात भारतात संशोधन चालू आहे काय? सरकार सर्व ज्ञानक्षेत्रांतल्या संशोधनाची व्यवस्था कधीच करू शकणार नाही. बुद्धिमान व्यक्तींनी अशा ज्ञानशाखांत संशोधन करायचे असते. असे संशोधन करणाऱ्या व्यक्ती भारतात आहेत?

समाजाचा, सभ्यतेचा दर्जा बौद्धिक क्षेत्रात काम करणाऱ्या लोकांवर अवलंबून असतो. बौद्धिक क्षेत्रात काम करणारे म्हणजे : शास्त्रज्ञ, लेखक, कलावंत, तत्त्वज्ञानी. बौद्धिक क्षेत्रात काम करणारे समाजात असूनही समाजापासून काही अंतरावर असतात. त्यांना समाजाचे, सभ्यतेचे खाचखळगे नीट न्याहाळता येतात. बौद्धिक क्षेत्रात काम करणाऱ्यांना त्यांच्या क्षेत्रातून प्रसिद्धी मिळत असते. मुद्दाम प्रसिद्धीची गरज नसते. त्यांच्याकडे चिकाटी असते. मानसिक असुरक्षिततेची सवय असते, आर्थिक असुरक्षिततेचा धाक नसतो. त्यांनी

सभ्यतेतल्या असभ्यतेबद्दल बोलावे, कृती करावी. बौद्धिक क्षेत्रात काम करत असताना समाजातला एखादादुसरा प्रश्न ते सहज धसास लावू शकतात. सर्वसाधारण नागरिकांना वरचेवर मोर्चा, धरणे, चळवळी यात गुंतवणे चांगल्या लोकशाहीत आवश्यक नसते. भारतातल्या भ्रष्टाचाराबद्दल बौद्धिक क्षेत्रात काम करणाऱ्यांनी केव्हाच बोलायला हवे होते.

समस्या वेळच्या वेळीच लक्षात येणे हे सभ्यता जिवंत असण्याचे लक्षण आहे आणि वेळच्या वेळीच उत्तर शोधणे हे सभ्यतेत बौद्धिकता जिवंत असण्याचे लक्षण आहे.

छोटीशी समस्याही जटील असते. ती पूर्णपणे कधीच सुटत नसते. टप्प्याटप्प्याने सतत सोडवत राहावे लागते. समस्यांचे उत्तर शोधण्याची मेथडॉलॉजी सापडावी लागते.

भारतीय लोकांना मेथडॉलॉजी शोधायची, निर्माण करायची सवय नाही. मेथडॉलॉजी निर्माण करण्याचे बौद्धिक कष्ट त्यांना सोसत नाहीत.

मग उरते : सुटे सुटे विचार, वेगवेगळी मते, भागवाभागवी करत कृती.

सर्वसाधारण माणूस असा असू शकतो. मेथडॉलॉजी निर्माण करण्याची शिस्त बौद्धिक क्षेत्रात काम करणाऱ्यांनीच आणायची असते. सभ्यता कार्यरत ठेवण्याची जास्त जबाबदारी बौद्धिक क्षेत्रात काम करणाऱ्यांवरच असते.

(२०११)

भाषेचा आनंद

भाषा हा माणसाने लावलेला सर्वात मोठा शोध आहे. जगात एकूण किती भाषा आहेत? त्या भाषा बोलणाऱ्यांची लोकसंख्या किती आहे? वापरात नसणाऱ्या भाषा कोणत्या आहेत? त्या भाषा वापरातून केव्हा आणि कशा प्रकारे नामशेष झाल्या?

मराठी भाषा वापरणारे किती लोक जगात आहेत? मराठी भाषेचे वय किती आहे?

भाषेविषयी आणि मराठी भाषेविषयी असे अनेक प्रश्न विचारता येतील, असे प्रश्न विचारावेत आणि त्याची उत्तरेही मिळवावीत.

माणसाला हरघडी भाषा लागते.

भाषा कुठे वापरतात?

१. दैनंदिन व्यवहार, २. स्वत: व्यक्त करणे, ३. जाणून घेणे, ४. चिंतन.

सामान्य लोकांच्या बाबतीत : दैनंदिन व्यवहार ह्यासाठी जास्त करून भाषा वापरली जाते. दैनंदिन व्यवहार ह्यातच मी गप्पा मारणे धरतो. त्याखालोखाल स्वत:ला व्यक्त करणे, त्याखालोखाल जाणून घेणे आणि चिंतनासाठी क्वचितच.

भाषा वापराच्या पद्धती आपण पाहू. त्या आहेत : १. संवाद, २. निवेदन, वर्णने, ३. पृथक्करण/ साक्षात्कार.

दैनंदिन व्यवहारात संवाद हा प्रकार जास्त होतो. खरेतर, संवाद ह्या प्रकारातच निवेदन, वर्णने, पृथक्करण / साक्षात्कार सामान्य लोक हाताळत असतात.

संवादाचे दोन प्रकार मांडता येतील : १. माहितीवजा संवाद, २. भावना, विकार असलेले संवाद.

माहितीवजा संवाद - आपण काही माहिती विचारतो किंवा सांगतो.

भावनाविकार म्हणजे प्रेम, माया, राग, चीड ह्यानिशी भाषा वापरणे.

संवादात निवेदन ही पद्धतीही वापरली जाते. एखादा प्रसंग, घटना, निवेदन करतो. संवादात वर्णन हा प्रकारही वापरला जातो. एखाद्या व्यक्तीचे, एखाद्या दृष्याचे वर्णन करतो, स्वत:विषयी सांगतो, म्हणजे स्वत:ला व्यक्त करणे हा प्रकार वापरतो. एखाद्या अनुभवाचे सार किंवा धडा बोलतो म्हणजे चिंतन हा प्रकार वापरतो. एखादी व्यक्ती असे असे का वागली, हे बोलतो. म्हणजे पृथक्करण करतो. आपल्याला काही कळलेले, समजलेले, उमगलेले बोलतो, म्हणजे साक्षात्कार सांगतो.

आपण संवाद करताना माहितीवजा, भावनाविकारवजा, स्वत:ला व्यक्त करणारे, निवेदनात्मक, वर्णनात्मक, पृथक्करणात्मक, चिंतनात्मक, साक्षात्कारात्मक असे वेगवेगळ्या प्रकारांत भाषा वापरतो.

ह्या सर्व प्रकारांत भाषा वापरणे आपण कसे करतो? हे पाहणे महत्त्वाचे आहे, कसे पाहायचे?

संवाद मित्रमंडळीत होतो.

संवाद घराबाहेर होतो.

माहितीवजा संवाद आठवा.

भावना असलेला संवाद आठवा.

निवेदन असलेला संवाद आठवा.

वर्णन असलेला संवाद आठवा.

स्वत:ला व्यक्त करणारा संवाद आठवा.

पृथक्करण असलेला संवाद आठवा.

चिंतन असलेला संवाद आठवा.

अजून काही स्पष्ट दिशा देतो -

रिक्षावाल्याशी झालेला संवाद आठवा.

एखाद्या कचेरीत झालेला संवाद आठवा.

कचेरीत तुम्ही काम करत आहात, तेव्हा तुमचा संवाद आठवा.

कशी असते आपली भाषा? म्हणजे वाक्यरचना कशी असते? नीट असते का? शब्दांची निवड नीट असते का? जे सांगायचेय तेच भाषेत मांडले जाते का? तपशील

अचूक असतो का? भाषा वापरायचा कंटाळा, आळस असतो का? की मुद्दा सोडून बोलले जाते? की बडबड जास्त होते?

प्रश्नाला प्रश्न विचारला जातो, मला असे म्हणायचे नव्हते, भाषा नीट वापरा की - असे प्रकार होतात - हे निरीक्षण बरोबर आहे का?

एका घरातला एक संवाद सांगतो : लहान भाऊ (७ वर्षे) व थोरली बहीण (१६ वर्षे) ह्यांच्यातला संवाद आहे.

'मंदार, नीट बैस की' बहीण म्हणते.

'नीट सांग की' भाऊ म्हणतो.

'नीटच सांगत्येय न् ?' बहीण म्हणते.

'बघ, कसं बोलतीयस' भाऊ म्हणतो.

'कसंही सांगितलं, तरी तुला वाकडंच वाटतं.'

'न, की...' हे शब्द अनेकदा वापरले जातात. हे शब्द आवश्यक आहेत का? हे शब्द न वापरता बोलून पाहायला हवे.

रिक्षावाला, बस कंडक्टर, दुकानदार, कचेऱ्या ह्यांच्यात होणारे संवाद कटकटीचे असतात. घरातले संवादही सहज, लयदार नसतात.

केवळ संवादामुळे किती भांडणे होतात, ह्याची टक्केवारी काढली पाहिजे.

गप्पागोष्टी करतानाही भांडणे होण्याची अनेक उदाहरणे आहेत. असे का होतेय?

ह्याच्या उत्तराकडे येण्याआधी मी एक प्रश्न तयार करतो : मराठी माणसाला मराठी भाषा किती येते?

हा प्रश्न योग्य आहे का?

आपण इंग्रजी भाषा शिकतो. आपण म्हणतो : अमक्या तमक्याला इंग्रजी जेमतेम येते, कामचलाऊ येते किंवा म्हणतो : अमक्या तमक्याचे इंग्रजीवर प्रभुत्व आहे.

एखाद्या मराठी माणसाला मराठी भाषा जेमतेम येते, कामचलाऊ येते, असे म्हटले तर? तर त्याला राग येईल. तो म्हणेल, मला मराठी भाषा येतेच. मराठी ही माझी मातृभाषा आहे.

पण किती येते?

आपण सरासरी आयुर्मान, सरासरी उंची, सरासरी आर्थिक उत्पन्न असे शब्दप्रयोग करतो.

आपण म्हणतो, मराठी माणसाचे सरासरी आयुर्मान साठ वर्षे आहे. अमेरिकन माणसाचे सरासरी आयुर्मान सत्तर वर्षे आहे. तसे मी सरासरी भाषा असा शब्दप्रयोग करेन.

सरासरी भाषा कशी मोजायची? दोन गोष्टींवरून मोजता येईल : १. शब्दसाठा, २. वाक्य रचनांचे प्रकार.

मराठी माणसाचा सरासरी शब्दसाठा किती आहे आणि तो सरासरी किती प्रकारच्या वाक्यरचना उपयोगात आणतो, ह्यावरून मराठी माणसाला कमी मराठी भाषा येते, की मध्यम येते, की खूप येते हे ठरवता येईल.

सर्वसाधारण मराठी भाषिक मराठी भाषेच्या बाबतीत गरीब आहे की मध्यम आहे की संपन्न आहे? हा प्रश्न मी आपल्यापुढे विचारार्थ ठेवतो.

भाषेच्या दृष्टीने संपन्न होण्यासाठी शब्दसाठा वाढला पाहिजे. त्यासाठी शब्दकोश वापरायची सवय लागली पाहिजे आणि वेगवेगळ्या विषयांवरील पुस्तके वाचनाची सवय हवीय. वाचनातून अनेक शब्द कळतातच, शिवाय वाक्यरचनांचे प्रकारही कळतात.

आता पुढचा प्रश्न करतो : सर्वसाधारण मराठी भाषकाला चांगली मराठी येते का? आपण म्हणतो : अमक्याला इंग्रजी येते, पण चांगली इंग्रजी येत नाही. तसे, एखादा परभाषिक मराठी बोलू लागला की आपण म्हणतो : त्याला मराठी चांगली येत नाही.

मराठी ही मातृभाषा आहे, त्याच्या बाबतीत असा प्रश्न करता येईल का - की त्याला चांगली मराठी येते का?

मातृभाषा चांगलीच येते, हे खरे आहे काय?

चांगली मराठी म्हणजे काय? हे समजावून घ्यायला हवे.

चांगली मराठी म्हणजे - १. अचूक शब्दांचा वापर, २. योग्य वाक्यरचना, निश्चित नेमका अर्थ अशी वाक्यरचना, ३. अनेक वाक्ये एकापुढे एक जोडताना अशी जोडायची की त्यातून सलग आशय निर्माण होईल, सर्व वाक्यांचा मिळून सलग अर्थ निर्माण होईल.

प्रसंगाचे वर्णन करणे, निवेदन करणे हा भाषेच्या वापराचा एक प्रकार आहे, हे आपण बघितलेय. वर्णन करण्यात भाषेच्या वापराची कसोटी लागते. वर्णन करण्यात तपशील येतात. त्यासाठी योग्य शब्द निवडावे लागतात. वर्णनात प्रसंगाचे, दृश्याचे, घटनांचे तपशील येतात तसेच वर्णन ज्याचे करतोय, त्याच्या भावना आणि वर्णन करणाऱ्याच्या भावना येतात. ह्यासाठी वाक्यरचना नीट कराव्या लागतात, असे योग्य प्रकारे वर्णन वा निवेदन केले तर भाषेचा आनंद निर्माण होतो. अगदी दुःखाचे वर्णन केल्यानेसुद्धा भाषेचा आनंद निर्माण होतो. ह्याला चांगली भाषा म्हणता येईल.

सर्वसाधारण मराठी भाषिक किती चांगली मराठी वापरतो, असा प्रश्न करून आपण चांगली मराठी ह्यासाठी सावधान होऊन आता पुढच्या मुद्द्याकडे जाऊ या.

भाषा ज्ञानभाषा होणे हा पुढचा मुद्दा आहे.

मराठी भाषा आध्यात्मिक ज्ञानासाठी तयार करण्याचे काम ज्ञानेश्वरांनी 'ज्ञानेश्वरी'तून केले. पुढे सर्व संतांनी आध्यात्मिक ज्ञानासाठी मराठी भाषा परिपक्व केली. लावण्यांमुळे शृंगाराची भाषाही तयार झाली. वेगवेगळे अन्नपदार्थ व बनवण्याच्या पद्धती ह्यामुळे स्वयंपाकाची भाषाही आहे. शेती व त्यासंदर्भातील इतर कामे ह्यांची मराठी भाषा तयार झालेली आहे.

आध्यात्मिकशास्त्र, शृंगारशास्त्र, अन्नशास्त्र, शेतीशास्त्र असे आपण शास्त्र म्हणून संशोधन न केल्यामुळे मराठी भाषा याबाबतीत विकास पावायची थांबली, असे म्हणता येईल का? इतर ज्ञानक्षेत्रे आपण शोधली नाहीत. मग, काळाच्या ओघात पाश्चात्त्यांकडून ज्ञानक्षेत्रे आपल्याकडे आली; पण आपण ती ज्ञानक्षेत्रे चिकाटीने मराठीत आणली नाहीत. मराठी भाषा ज्ञानभाषा अजून होत नाहीय.

मराठी भाषकांनी इतर कोणत्याही भाषा शिकाव्यात. इंग्रजी, हिंदी, फ्रेंच, कन्नड, पंजाबी कोणत्याही भाषा शिकाव्या, प्रभुत्व मिळवावे. तरी सर्व जण प्रभुत्व नाही मिळवू शकणार. काही जण नक्की असे असतील, ज्यांना मराठी भाषेवरच प्रभुत्व येईल. अशांनी खंबीरपणे मराठीत ज्ञान निर्माण करणे चालू ठेवावे. कोणत्याही भाषेवरचे प्रेम हे एवढे महत्त्वाचे नाही. भाषेवर प्रभुत्व येणे हे महत्त्वाचे आहे. त्यासाठी कष्ट, चिकाटी ह्याला पर्याय नाही.

आपण चविष्ट अन्न खातो आणि अन्नाचा आनंद घेतो. आपण चांगले कपडे घालतो आणि कपड्यांचा आनंद घेतो. आपण चांगली भाषा वापरूया आणि भाषेचाही आनंद घेऊया.

भाषेचा आनंद असतो.

(२०११)

रुची आणि अभिरुची

व्यक्तीला खाण्याच्या विशिष्ट पदार्थाची रुची असते. एखाद्या व्यक्तीला श्रीखंड आवडते, दुसऱ्याला आवडत नाही, किंवा तितकेसे आवडत नाही, तर जिलेबी खास आवडते. (या रुचीची कारणे विज्ञानाने शोधून सांगताही येतील... आणि सांगितली तरी आवडते ह्यात फरक पडणार नाही.) ह्या रुचीतून श्रीखंड श्रेष्ठ की जिलेबी श्रेष्ठ असा काही मुद्दा नसतो. तसा वादही नसतो. व्यक्तीला त्याची म्हणून साहित्यिक रुचीही असते. एखाद्या व्यक्तीला अमूक कविता (किंवा कविताप्रकार) आवडते, तर दुसऱ्याला दुसरीच कविता आवडते. अनेक व्यक्तींच्या अशा विविध प्रकारच्या रुचींनी समाजाची सभ्यता भरलेली असते. आणि दोन व्यक्तीत (आणि समाजात) श्रेष्ठ कविता कोणती? ह्यावर खल होतो. असा खल सविस्तरपणे ग्रंथातून व्हायला हवा. त्यातून श्रेष्ठ कवितेची लक्षणे शोधली जायला हवीत. शोध घेण्याच्या वृत्तीतून अभिरुची निर्माण होते. रुचीकडून अभिरुचीकडे जाणे ही संस्कृती होय.

निर्मितीत, शोध घेण्याच्या प्रक्रियेत अनेक जणांनी उमेदवारी, प्रयत्न करायचे असतात. कुणाकडून तरी शोध लागतो. संस्कृती निर्माण करणारी निर्मिती होते. या समजेत स्वातंत्र्य आहे. रसिकांनी, वाचकांनी त्यांची व्यक्तिगत रुची ठेवावी आणि अभिरुचीसाठी स्वातंत्र्य ठेवावे.

कोणत्याही क्षेत्रातले श्रेष्ठ काय? या संस्कृतिजन्य प्रश्नाच्या उत्तरासाठी हे स्वातंत्र्य आवश्यक असते.

(२०१३)

फिक्शन हीही ज्ञानशाखा आहे

माणसाच्या स्वत:च्या आवडीनिवडी असतात. स्वत:चे कल असतात. माणसात कुटुंबाचे असते. माणसात समाजघटकाचे वा जातीचे असते. शैक्षणिकतेवरूनचे, व्यावसायिकतेवरूनचे असते. भाषेचे असते. देशाचे असते. हे सगळे होत माणसाच्या माणूसपणापर्यंत जायचे असते. इतका पल्ला फिक्शनमध्ये घ्यायचा असतो. आणि माणूस म्हणजे काय याचा शोध घ्यायचा असतो. त्या माणूसपात्राने त्याचे वर उल्लेखलेले सर्व बाळगत, त्यातील काही दुरुस्त करीत, त्यातील काहींना प्रश्न करीत, काहींचे विनोद करीत, काही लपवत त्या माणूसपात्राने जीवनाचा त्याचा स्वत:चा अर्थ शोधायचा असतो. हे माणसाचे कर्तव्य आहे. माणूस म्हणून हे करत नसेल तर हे फिक्शनने करायचे असते किंवा फिक्शनने नागरिक वाचकांना त्याची जाणीव करून द्यायची असते.

जीवनाचे अर्थ धर्म, तत्त्वज्ञाने, वेगवेगळ्या विचारसरणी, विज्ञाने, कला यांनी दिलेले असतात, देत असतात. तरीही कोणताही माणूस जगत असताना सबंध हयातीत चारपाच प्रसंगी तो स्वत:शी म्हणतो, काय माझ्या जीवनाचा अर्थ? माणसाच्या जीवनातील हे चार-पाच प्रसंग विज्ञान, कला, तत्त्वज्ञाने आधीचे बाजूला सारून निर्माण होत राहतात. भूतकाळात सर्व प्रश्नांची उत्तरे शोधली गेली आहेत असे म्हटले तरी जीवनाचा अर्थ काय हा प्रश्न ताजाच राहतो. त्यामुळे नवनिर्मिती अटळ आहे.

सभ्यता अशी हवी की माणसाला त्याच्या जीवनाचा अर्थ शोधण्याची मोकळीक मिळेल. या दृष्टीने कलावंत, शास्त्रज्ञ, तत्त्वज्ञ, धर्मज्ञ यांनी सभ्यतेत माणसाला हवी असणारी मोकळीक राहील असे व्यवहार करावेत. म्हणजे रहदारी कशी असावी याचे कायदे जरूर करावेत; पण जीवनाचा अर्थ अमुकच असावा अशी सक्ती करता कामा नये.

माणूस सुष्ट आहे तसा दुष्टही आहे. माणसातला दुष्टपणा पूर्णत: घालवणे याची पद्धती अजूनपर्यंत मानवजातीला सापडलेली नाही. सुष्ट आणि दुष्ट या द्वंद्वात माणसाची स्थिती अजूनही अशीच आहे. म्हणून दुष्टांचा बंदोबस्त करण्याच्या पद्धती सभ्यतेत शोधल्या जात आहेत, निर्माण केल्या जात आहेत. दुष्टपणा घालवण्याची थेट पद्धत सापडलेली नाही याचे जगाच्या पाठीवरच्या प्रत्येक माणसाला भान देऊन मग दुष्टांचा बंदोबस्त करण्याची पद्धत वापरायची असते हे तत्त्व अंगीकारले पाहिजे.

मानवी स्वभाव आणि जीवनाचा अर्थ हे संस्कृतीचे मुख्य मुद्दे आहेत. या वैश्विक गोष्टी आहेत. भारतात किंवा कोणत्याही देशात किंवा कोणत्याही समाजघटकात या सांस्कृतिक प्रश्नांचा शोध घ्यावाच लागणार आहे. शिवाय प्रत्येक देशात त्यांचे - त्यांचे सभ्यतेचे प्रश्न आहेत. त्यांनाही त्या त्या देशांना (किंवा इतर देशांनासुद्धा) शोध घ्यावा लागणार आहे. थोडक्यात, शोध घेणे हे अटळ आहे. भारतातला समाज असा शोध घेत आहे काय? जगाच्या पाठीवरचे अनेक देश अनेक गोष्टींबाबत शोध घेत नाहीत तर प्रगत राष्ट्रांतील गोष्टींचे आदर्श नमुने म्हणून अनुकरण करत आहेत. खरे तर अनुकरण करण्याच्या सापळ्यात न अडकलेली नवीन शोध घेऊ शकणारी माणसे जगाच्या पाठीवर प्रत्येक देशात असणार. अशा माणसांनी तात्कालिकामध्ये जागा नसली तरी शोध घेण्याचे त्यांच्याजवळ असणारे कसब स्वत:च विकसित केले पाहिजे.

सभ्यता माणसातली शोध घेण्याची वृत्ती क्षीण करू शकते. अशाने माणूस ढोबळ होतो. उदाहरणार्थ, भारतीय अध्यात्माचे प्रमुख सूत्र अहंकार गेला पाहिजे हे आहे. हे सूत्र समाजात इतक्या स्पष्टपणे आले पाहिजे की, अध्यात्माबाबतचा ढोबळपणा संपून जाईल; पण प्रत्यक्षात अहंकार कसा घालवायचा हे क्षीणपणे मांडून कर्मकांड तीव्रपणे केले जाते. अहंकार कसा घालवायचा हे प्रत्येक व्यक्ती शोधायचा प्रयत्न करीत राहील तर अध्यात्मातला ढोबळपणा आणि ढोंग आपोआपच खंडित होईल आणि हा शोध घेण्यात प्रत्येक व्यक्तीला एक वैयक्तिक धैर्य प्राप्त होईल आणि हे धैर्य नम्रतेचा कहर असेल.

आणखी एक म्हणजे हिंदू धर्मातील अहंकार कसा घालवायचा हे प्रमुख तत्त्व इतर धर्मियांना थेटपणे समजले जाईल असे सभ्यतेत मांडले गेले पाहिजे. तसेच इतर धर्मातील मुख्य सूत्रे इतर धर्मातील एकमेकांना कळतील अशाप्रकारे सभ्यतेत मांडली

पाहिजेत. होते मात्र उलट की दुय्यम तत्त्वेच एकमेकांना कळताहेत किंवा प्रासंगिक कर्मकांडे कळतात किंवा त्यात सहभागी होणे घडते. प्रत्येकाने अध्यात्म करायचे आहे असे एक तत्त्व हिंदू समाजात आहे. वस्तुस्थिती काय आहे? काही हिंदू लोकांना नक्की सुख उपभोगायचे आहे. काही लोकांना सत्तास्थानी जायचे आहे. काही लोकांना नक्की नेतृत्व करायचे आहे. खरे तर त्यांनी आध्यात्मिकतेचा ताण घेऊ नये. रिलॅक्स्ड राहावे. ज्यांना गणित उत्तम येते त्यांनी अहंकार घालवायचा कसा याचा शोध घेणे खरे तर साधणार नाही. ज्याला नृत्य येते त्याला अहंकार कसा घालवायचा या प्रश्नासाठी ऊर्जाच राहणार नाही. अध्यात्म अगदी सार्वत्रिक आहे असे नाही, हे वास्तव आहे आणि प्रत्येकाने अध्यात्म करायचे आहे याचा ताणही घेऊ नये.

प्रत्येक नागरिक इतका सुशिक्षित असेल आणि कायदे इतके सुरेखित असतील की नागरिकांना वकिलाची गरज पडणार नाही. तसेच धर्मचर्चा इतक्या स्पष्ट आणि सरळ होतील की सुशिक्षित नागरिकाला धर्मगुरूची गरज पडणार नाही.

शोध घेणे प्रत्येक व्यक्ती करू शकते का? निर्मिती करणे प्रत्येक व्यक्ती करू शकते का? जी व्यक्ती असे करू शकते ती असामान्य म्हटले जाते. मग सामान्यांचे जगणे व्यर्थ आहे का? केवळ मतदान करून नेत्यांना निवडून देणे एवढाच सामान्यांच्या जीवनाला अर्थ आहे काय? यातून आधुनिक साहित्याचा जन्म झाला. या संदर्भात माझा एक हायपॉथिसीस आहे : एके काळी आणि काही प्रमाणात अजूनही एक सिद्धांत होता की धार्मिक जगण्याने ज्ञान होते. आणि धार्मिक जगण्यात मन:शुद्धी ही एक धारणा असते. म्हणजे विकार नसतात. धार्मिक जगण्यासाठी या अटी तशा जाचक आहेत. त्या सहजगत्या पूर्ण करता येत नाहीत. तर माणसाला वाटले, मला विकार आहेत, कथित दुर्गुण आहेत, तरी मी काही ज्ञान मिळवू शकणार नाही का? आणि यातून माणसाने विज्ञाने, कला इत्यादी ज्ञानशाखांची निर्मिती केली. फिक्शन त्या दृष्टीने ज्ञानशाखाच आहे. म्हणून आधुनिक वाङ्मय सामान्य आणि असामान्य अशांच्या जगण्यातून माणसाचा सुष्टपणा, दुष्टपणा, वेगवेगळ्या भावनिक - बौद्धिक क्षमता, शारीरिक क्षमता यांचा शोध घेते. सरसेनापतीचे धैर्य कळते, किंबहुना त्यातून धैर्य या संकल्पनेचा अर्थ कळतो. सामान्य माणसात काहीच धैर्य नसते का, याचा शोध फिक्शन घेते. आणि धैर्य ही संकल्पना किंवा त्याचा अर्थ अधिक स्पष्ट होत जातो. सरसेनापतीचे धैर्य याने धैर्याचा अर्थ अधिक सीमित झालेला असतो. सामान्यांचे धैर्य असे असले पाहिजे की धैर्य या अर्थाला आणखी परिमाण निर्माण व्हावे. फिक्शन अशाप्रकारे भाषेला अधिकाधिक नेमकी, अधिकाधिक अचूक करत जाते. फिक्शनमध्ये कोणत्याही व्यक्तीच्या मानसिक - बौद्धिक - भावनिक - वैकृतिक प्रक्रिया, जागांची, काळांची वर्णने,

सभ्यतेची स्थिती, माणसांच्या अनेक स्थिती यांची वर्णने येतात. आणि ही वर्णने जितकी अचूक होतील तितकी भाषा समृद्ध होईल. ही अचूकता फिक्शनमध्ये आणखी वेगळ्या प्रकारे साधता येते ती म्हणजे फँटसीने. फिक्शनमध्ये विकृती हे साधन वापरूनही शोध लावता येतो. मराठी भाषा टिकवायची असेल तर शब्दांच्या अर्थाची अनेक परिमाणे शोधणे, प्रक्रिया अचूकपणे शोधणे, स्थितींची अचूक वर्णने करणे, विकृतींचा शोध घेण्यासाठी उपयोग करणे, अचूकता निर्माण करण्यासाठी फँटसी निर्माण करणे हे उपाय आहेत असे नमूद करावे वाटते. याचाच अर्थ ढोबळपणा जाणे असा आहे.

माझा असाही आणखी एक कच्चा सिद्धांत आहे की माणसाने भाषेचा शोध लावला ही बौद्धिक क्रिया आहे. भाषेचा वापर करायला सुरुवात केली की बौद्धिक क्रिया सुरू होते. बौद्धिकता वापरूनच भाषेत भावना निर्माण करता येतात. फिक्शन वाचताना वाचकाला बुद्धी वापरावीच लागते आणि त्यातून तो भावनेपर्यंत पोहोचतो. बौद्धिकता वापरून केवळ भावनानिर्मिती करत जगणारे लोक असतात, तसेच लेखन करणारे लेखकही असतात. बौद्धिकता वापरून भावनानिर्मिती व तत्त्वनिर्मिती करीत जगणारे लोक असतात तसेच लेखन करणारे लेखकही असतात. परिचित भावनानिर्मितीत आणि परिचित तत्त्वनिर्मितीत माणूस सहजपणे सामील होऊ शकतो. अपरिचित भावनानिर्मितीत आणि अपरिचित तत्त्वनिर्मितीत माणूस सहजपणे सामील होऊ शकत नाही. आणि अज्ञातातले म्हणून अपरिचित शोधणे हा तर माणसाचा ध्यास आहे. अज्ञातातली अपरिचित भावनानिर्मिती, तत्त्वनिर्मिती ही संस्कृतीतली ग्रेटेस्ट करमणूक आहे.

आजच्या काळात अनेक ज्ञानक्षेत्रे निर्माण झालेली आहेत. आणि त्यांचे ग्रंथही निर्माण झालेले आहेत. कुठल्याही ज्ञानग्रंथातले शंभर टक्के समजलेले आहे असे कोणीही म्हणू शकत नाही. मात्र त्या ज्ञानशाखेच्या गाभ्याचे मर्म नक्की समजलेले असते. एखाद्या ज्ञानशाखेच्या तपशीलांचे त्या शाखेचा तज्ज्ञ आवश्यकतेनुसार संदर्भ घेत असतो. फिक्शनचेही तसेच असते. फिक्शनचे मर्म जाणणे हा फिक्शन वाचण्याचा प्रमुख हेतू असला पाहिजे. कोणतेही फिक्शन शंभर टक्के कळले पाहिजे अशी धारणा ठेवण्याची गरज नाही.

(२०१४)

मराठी 'अभिजात' झाल्याने काय होईल?

काही प्रश्नांनी सुरुवात करता येईल.

मराठी भाषेला 'अभिजात' अशी मान्यता मिळाल्याने नागरिकांना उत्साह, आनंद मिळणार आहे का? नागरिकांना नक्की काय फायदे मिळणार आहेत? मराठी भाषिकांच्या मानसिकतेत काय फरक पडणार आहे?

महाराष्ट्रातल्या परराज्यांतून आलेल्या वेगळ्या भाषिक नागरिकांच्या काय प्रतिक्रिया असतील?

मराठी भाषिक सर्वसाधारण नागरिकांना 'अभिजात' ह्या शब्दाचा, संकल्पनेचा अर्थ, जाण कितपत आहे? अभिजातपणाची लक्षणे, खाणाखुणा, उदाहरणे मराठी सभ्यतेत चर्चिली गेलीत का? जात आहेत का? इतर कुठले, काय मराठी सभ्यतेत आहे की ज्याला मराठी सभ्यतेत, समाजात 'अभिजात' असा दर्जा प्राप्त झालेला आहे?

'अनमोल मराठी शब्दरत्नाकर' (वा. गो. आपटे) ह्या शब्दकोशात 'अभिजात' या शब्दाचा अर्थ असा दिलेला आहे : कुलीन, सभ्य, उच्च, सुसंस्कृत. 'कुलीन' हा अर्थ आजच्या काळात गैरलागूच आहे. कुळावरून माणूस जोखणे हे प्रमेय आता कालबाह्य झालेले आहे. मराठी सभ्यतेत एक संकल्पना वापरली जाते- 'सदाशिव पेठी', ह्या अर्थाने 'अभिजात'चा अर्थ नाही ना घ्यायचा? मग 'अभिजात'चा नव्याने अर्थ स्पष्ट व्हावयास हवा. अभिजात ही संकल्पना नव्या पर्यावरणात स्पष्ट केली गेली पाहिजे. एखाद्या भाषेला

अभिजात असा दर्जा कुणी द्यायचा? भाषेच्या अभिजातपणाची चव प्रत्यक्ष त्या भाषिकांनाच यायला हवी. मराठी भाषिकांना मराठी भाषेतून विचार करताना, संवाद साधताना, निरुपण, निवेदन करताना आनंद होतो का? भाषेची अभिजातता ठरवताना भाषेचा इतिहास जरूर घ्यावा, शिवाय भाषेचा वर्तमानही घ्यावा.

एखाद्या भाषेला अभिजात असा दर्जा मिळाला की, ती ज्ञानभाषा होते का?

एखादी व्यक्ती मराठी विषय घेऊन एम.ए.ला पहिली आली, सुवर्ण पारितोषिक मिळवले, म्हणून ती व्यक्ती भाषाशास्त्रज्ञ वा लेखक होईलच असे नाही. एखादी व्यक्ती गणित घेऊन एम. एस्सी.ला पहिली आली म्हणून ती व्यक्ती गणितज्ञ होईल असे नसते. एखाद्या भाषेला अभिजात दर्जा दिला गेला, तर ती भाषा संपन्न, प्रगल्भ झाली, असेही होत नसते.

नागरिकाचे सरासरी आर्थिक उत्पन्न ठरवायची, सांगायची पद्धत असते. नागरिकाचे सरासरी आयुर्मान ठरवायची पद्धत असते. मराठी भाषिकाची सरासरी भाषा किती आहे, हेही ठरवले पाहिजे. किती सरासरी भाषा नागरिकाला आली की ती भाषा अभिजात होते, हेही ठरवायला हवे आणि वाचनसंस्कृतीचे मोजमापही करता यायला हवे. किती वाचनसंस्कृती असली की ती भाषा अभिजात होते, हेही ठरवायला हवे. त्या भाषिकाची सरासरी विचारक्षमता किती आहे आणि किती सरासरी विचारक्षमता असली की ती भाषा अभिजात होते, हेही ठरवायला हवे. भाषा संपन्न, प्रगल्भ आणि सभ्यता जोपासणारी हवी.

संपन्न म्हणजे - सूक्ष्म छटा व्यक्त होणाऱ्या शब्दांचा मोठा साठा.

प्रगल्भ म्हणजे - व्यामिश्र प्रक्रिया भाषेत मांडणे, मांडता येणे.

समाजाची सभ्यता - म्हणजे जगण्याचे व्यवहार सुकर होण्यासाठी लागणारी भाषा.

महाराष्ट्रात, भारतात तंत्रज्ञानाची, मूलभूत विज्ञानाची भाषा अजून काही वर्षे, कदाचित कित्येक वर्षे राहणार, तर केवळ मराठीच वापरता येईल, अशी क्षेत्रे निवडायला हवीत आणि निर्माणही करायला हवीत. ह्यासंदर्भात काही उदाहरणे देता येतील.

दैनंदिन जगण्यात व्यवहार करावे लागतात. रिक्षाची गरज असते. गरजू आणि रिक्षावाले ह्यांच्यात व्यवहार सुकर होणारी संवादाची भाषा, वाक्प्रयोग निर्माण करावे लागतील. दुकानात, कचेरीतून व्यवहारासाठी लागणारी भाषा - वाक्प्रयोग निर्माण करावे लागतील.

निसर्गातील घटनांची वर्णने, प्राण्यांची, माणसांची, वस्तूंची वर्णने; प्रत्यय येण्यासाठी भाषेचे - वाक्यरचनेचे व शब्दांचे प्रयोग ह्यांनी भाषा प्रगल्भ होते.

कामजीवनासंदर्भात मराठी भाषेच्या वापराच्या अनेक अडचणी आहेत. एक घोषणापत्रक होते : शिव्या द्या, पण मराठीत. दुसरे, कामजीवनासंदर्भात मराठी भाषा विनोदीपणे वापरणे. कामजीवनासंदर्भात मराठी अभिजातपणे वापरायची पद्धत, शब्द, वाक्ये ह्यांचे प्रयोग, प्रकार काढायला हवेत.

आणि आणखी महत्त्वाचा मुद्दा. प्रत्येक व्यक्तीला जीवनाचा अर्थ शोधावा वाटतो. कधी कधी व्यक्तीला अंधूकपणे जाणवतोही. व्यक्तीने ध्यान देऊन जीवनाचा अर्थ भाषेत व्यक्त करणे, यामुळे भाषा अभिजात होते.

केवळ मराठी भाषाच वापरून मराठी ही ज्ञानभाषा होईल; परंतु अभिजात भाषा होईल, अशी अजूनही जगण्यातली क्षेत्रे हुडकता येतीलच.

(२०१५)

अर्क

आसपास कुणी भुकेले नाही ना, हे बघा आणि मग जेवायला बसा... असे तत्त्व सर्व धर्मांत आहे.

ह्या तत्त्वाने गरिबी गेली नाही. उपासमार गेली नाही.

का झाले असे? फिक्शनवाला विचारात पडला.

पंधरा दिवसांनी फिक्शनवाल्याला सुचले : माणसाची मर्यादा आणि माणसाचा स्वभाव.

आसपासचा भुकेला बघणे... रोज बघणे... माणसाच्या मर्यादेपलीकडे आहे. मी कष्ट करून मिळवायचे आणि दुसऱ्याला द्यायचे फुकट? माणसाच्या बुद्धीत आले. माणसाला बुद्धी असते, आणि स्वार्थही असतो. माणूस बुद्धी स्वार्थासाठी वापरतो. हा माणसाचा स्वभाव आहे. ह्या स्वभावानुसार काही माणसे श्रीमंत झाली. बाकीची गरीब राह्यली. सर्वासर्वांना श्रीमंत व्हायची बुद्धी नाही वापरता आली.

सर्व संपत्ती समाजाच्या मालकीची. सर्वांना ह्या संपत्तीचा वाटा मिळायला हवा.

हे तत्त्व छान होते की.

अयशस्वीच झाले हे तत्त्व.

का बरे?

संपत्तीचे वाटप करणारे सत्ताधीश झाले, सर्वंकश सत्ता घेऊ लागले. हाही मानवी स्वभाव. त्याविरुद्ध उठाव झाले. हाही मानवी स्वभाव. डावे मॉडेल फेल गेले.

गरिबी गेली पाहिजे, हे तत्त्व मात्र मान्य झाले; पण त्यासाठी श्रीमंतांनी कष्ट करून मिळवलेली संपत्ती हिसकावून नाही घ्यायची... माणूस स्वत:च्या प्रगतीसाठी प्रयत्न करणार, त्याने निर्माण केलेली संपत्ती त्याचीच असणार... असे तत्त्व आले. मानवी स्वभाव स्पष्टपणे उघड झाला. मानवी स्वभावाचा शोध घेणे हे फिक्शनचे कार्य आहे.

गरिबांचीही आर्थिक स्थिती सुधारायची, मध्यमवर्गाचीही सुधारायची आणि श्रीमंतांचीही सुधारायची.

कशी?

आता मानवी बुद्धी वापरणे सुरू झाले. मानवी बुद्धीने उत्तर दिले : खूप संपत्ती निर्माण करायची.

खूप कारखाने काढा. खूप वस्तू निर्माण करा. खूप कामे निर्माण करा. सगळ्या हातांना कामे द्या. पगार द्या. व्यापार वाढवा. सगळ्यांना सगळ्या वस्तू मिळू द्या. संपत्ती निर्माण करायची संधी द्या. कुणीही कुठेही कारखाने काढा. रोजगार निर्माण करा. कारखानदारांनो, तुम्ही श्रीमंत व्हा आणि सर्वसाधारणांनाही पैसा मिळवून द्या. बघू, कोण जास्तीत जास्त संपत्ती आणि रोजगार निर्माण करतोय! माणसाच्या बुद्धीने माणसाच्या स्वभावाशी तडजोड केली. माणसातली गुंतागुंत हा फिक्शनचा विषय आहे.

नागरिकहो, पैशावर प्रेम करा.

संपत्तीची हाव धरू नका, हे सर्व धर्मातले तत्त्व बाजूला झाले. माणूस परंपरेतले काय घेतो, काय सोडतो हा फिक्शनचा विषय आहे.

विकसित राष्ट्रांकडून टेक्नॉलॉजी आणायची आणि विकास करायचा, असे विकसनशील राष्ट्रांनी उत्साहाने सुरू केले.

गरिबी पूर्णपणे हटली नाही, हटत नाहीय; पण संपत्ती निर्माण होतेय.

ज्या नागरिकांकडे संपत्ती जुळली, त्यांचे जीवनमान असे झाले की, त्या जगण्याला चंगळवादी म्हणू लागले.

चंगळ करणे, हा माणसाचा स्वभाव... फिक्शनवाल्याने मनात नोंदवले.

जीन पँट, टी शर्ट, शूज.

ब्रेड. मुसली. कॅपिच्युनो. बर्गर. पिझ्झा.

हाय्, हॅलो, आय लव यू, आय हेट इट्.

हे काय चाललंय? पश्चिमेचे पूर्वेकडे सगळे येतेय. सपाटीकरण होतेय. आपली संस्कृती टिकली पाहिजे.

हाही माणसाचा स्वभाव!

- आपली संस्कृती टिकवायची म्हणजे... महाराष्ट्रीयनांनी महाराष्ट्रीय कपडे घालायचे? राजस्थानच्या लोकांनी राजस्थानी कपडे घालायचे? जीन पँट घातली की आपली संस्कृती जाते?

- तसे नाही. पोशाख ही वरवरची गोष्ट आहे.

- मग... पोहे, सांजा, पुरणपोळी... चपाती, पिठलं, भाकरी... हे खातोच की आम्ही. अगदी पंचतारांकित हॉटेलातही पिठलं - भाकरी मिळते. टिकवली जातेय की आपली संस्कृती.

- तसं नाही म्हणायचंय.

- मग?

- आपली मूल्ये टिकवायची.

- म्हणजे?

- उपासना, ईश्वराबद्दलच्या आपल्या धर्मातल्या कल्पना, सणवार, विवाहादी संस्कार, नातेसंबंध, कुटुंबव्यवस्था... हे टिकवायचे.

- हे सगळे टिकवतोयच की आम्ही.

- जोरात टिकवले पाहिजे.

- म्हणजे?

- आपल्याला गर्व वाटला पाहिजे. पाश्चिमात्यीकरण होऊ द्यायचे नाही.

- म्हणजे?

- उपासना जोरात, गर्वात करायची. ईश्वराच्या अस्तित्वाबद्दल जोरात, गर्वाने बोलायचे, सण जोरात. टेक्नॉलॉजीला कुणाचीच हरकत नाही.

- विज्ञानाला?

विज्ञानाकडे बुद्धिमान विद्यार्थ्यांना आकर्षिले पाहिजे. त्यासाठी प्रोग्रॅम काढा.

वैज्ञानिक दृष्टिकोन समाजात रुजला पाहिजे.

म्हणजे विवेकवाद.

विवेकवाद विरुद्ध अंत:करणवाद. हे दृष्य सुरू होते.

पाश्चिमात्य संस्कृती विवेकावर चालते. पौर्वात्य संस्कृती अंत:करणावर चालते.

शोध घेण्याचे पाश्चिमात्यांच्यात विवेकावर चालते. शोध घेण्याचे पौर्वात्यांत अंत:करणावर चालते.

खरे तर शोध घेणे ह्यासाठी विवेकवाद आणि अंत:करणवाद ह्या दोन्ही पद्धती वापरायला हरकत नाही.

पेच येतो कुठे?

शोध घेणे : या मुद्द्याशी पेच आहे.

अज्ञान खूप असेल तर शोध घेणे असते. आणि त्यासाठी विवेक वापरायचे. ही पाश्चिमात्यांची धारणा आहे.

पौर्वात्यांची धारणा काय आहे?

अज्ञात काही नाही. सर्व शोधलेले आहे - ही पौर्वात्यांची धारणा आहे. शोधलेले कुठे आहे ? अर्थात् धर्मात. जीवनाचा अर्थ काय? हे धर्मात फार फार पूर्वीच शोधले गेले आहे. शोधणे उरलेलेच नाहीय.

पाश्चिमात्य संस्कृती आणि पौर्वात्य संस्कृती ह्यातला फरक हा आहेच.

पाश्चिमात्य संस्कृती आणि पौर्वात्य संस्कृती ह्या दोन्हींबद्दल एक मुद्दा इथे मांडणे आवश्यक आहे.

पाश्चिमात्य संस्कृती विवेकावर चालते, हे मान्य केले तरी पाश्चात्य देशांतले सर्व, एकूण एक नागरिक विवेकाने जगणाराच असेल, असे म्हणता येणार नाही. पाश्चात्य देशात अंत:करणावर जगणारे असणारच. पौर्वात्यांत सर्व नागरिक अंत:करणावरच जगणारे असतील असे नाही. विवेकावर जगणारे असणारच. पाश्चात्य संस्कृतीत अंत:करणवाद्यांना जागा असायला हवी. आणि पौर्वात्य संस्कृतीत विवेकवाद्यांना जागा हवीच. बहुसांस्कृतिकीकरता हाही प्रमुख मुद्दा आहेच.

विवेकवादाला बुद्धिवादही म्हटले जाते. म्हणजे बुद्धी वापरून शोध घेणे. आता माणसांना बुद्धी कमी जास्त असते. युरोपीय सभ्यतेत उच्च बुद्धीचे लोक आणि सर्वसाधारण बुद्धीचे लाक असे दोन वर्ग स्पष्ट होतात. उच्च बुद्धीच्या लोकांनी शोध घेणे करायचे, आणि सर्वसाधारण बुद्धीच्या लोकांनी ते समजावून घ्यायचे, अमलात आणायचे.

बुद्धी कमीजास्त असते, तसे अंत:करणपणा कमी जास्त असतो?

पुरेपूर अंत:करणपणा असतो, तो गुरू. आणि पुरेपूर अंत:करणपणा नसतो, तो शिष्य, अशी मांडणी अंत:करणवाद्यांत असते.

म्हणजे शिष्य गुरूवर अवलंबून.

विवेकवाद्यांनी जाणण्यासाठी पद्धत निर्माण केलीय, जाणलेले व्यक्त करण्यासाठी खास भाषा निर्माण केलीय.

आणि ही पद्धत आणि भाषा सर्वसाधारण बुद्धीच्या लोकांच्या आवाक्यात नसते.

अंत:करणवाद्यांकडे अनेक पद्धती असतात आणि व्यक्त करण्यासाठी नीट भाषा अजूनपर्यंत निर्माण केलेली नाहीय.

आणि त्यामुळे सर्वसाधारण अंत:करणीय क्षमता असलेले लोक घोटाळत राहतात.

सर्वसाधारण माणसाला विवेकवाद वा अंत:करणवाद एका मर्यादेपर्यंतच झेपतो.

त्यामुळे विवेकवादाने निर्माण केलेले ज्ञान सर्वसाधारण माणसाला माहितीच्या पातळीवर राहते आणि अंत:करणवादाने निर्माण केलेले ज्ञान धूसर भावनेच्या पातळीवर राहते.

पश्चिमेकडे आणि पूर्वेकडे सर्वसाधारण माणसाची स्थिती अशी असते.

आणि मग सर्वसाधारण माणूस सुखांची संख्या वाढवणे आणि सभ्यता पाळणे ह्यात रंगू पाहतो.

सर्वसाधारण माणसाने नेहमी सभ्यतालोकच राहायचे? संस्कृतीलोक व्हायचेच नाही? कधीच शोधायचे नाही?

सर्वसाधारण माणूस ईश्वर शोधू शकणार नाही, मंगळावर पाणी आहे की नाही, शोधू शकणार नाही.

मग काय शोधू शकेल?

जीवनाचा अर्थ काय?

हे शोधू शकतो. तो जगतो, हे त्याचे कारण.

जीवनाचा अर्थ काय? : हे सर्वसाधारण माणसाला कोण सांगू शकेल?

विवेकवादी ? अंत:करणवादी? राजकारणी ? समाजसुधारक? उद्योगपती? टेक्नॉलॉजिस्ट?

कोण सांगू शकेल?

फिक्शनवाला कधीपासूनच सांगत आलाय.

फिक्शनवाला म्हणतो, प्रिय राजकारणी, राजकारण करा आणि प्लीज, कृपा करून त्याच वेळी जीवनाचा अर्थ शोधा.

फिक्शनवाला म्हणतो, प्रिय उद्योगपती, संपत्ती निर्माण करा आणि प्लीज, कृपा करून त्याचवेळी जीवनाचा अर्थ शोधा.

फिक्शनवाला म्हणतो, प्रिय धर्मवाद्यांनो, कर्मकांड बंद करा आणि प्लीज, कृपा करून जीवनाचा अर्थ शोधा. नागरिकांना स्वतंत्र करा.

फिक्शनवाला म्हणतो, प्रिय अर्थशास्त्रज्ञांनो, गरिबी घालवण्याच्या, संपत्ती निर्माण करायच्या अजून पद्धती काढा आणि प्लीज, कृपा करून त्याच वेळी जीवनाचा अर्थ शोधा.

फिक्शनवाला म्हणतो, नागरिकांनो, पैसा कमवा, कर्मकांडात अडकू नका. स्वतंत्र आहात, स्वतंत्रपणे जीवनाचा अर्थ शोधा.

फिक्शनवाला म्हणतो, मीही तेच करतोय. माझ्यातर्फे आणि तुम्हा सर्वांतर्फे जीवनाचा अर्थच शोधतोय.

फिक्शनवाला म्हणतो, सगळे सगळे सामूहिकपणे संपत्ती निर्माण करत सामूहिकपणे जगत स्वतंत्रपणे जीवनाचा अर्थ शोधताहेत, अगदी गुन्हेगारी वृत्तीचे, पिसाट वृत्तीचेही... तर सभ्यतेला वेगळीच क्वालिटी येईल.

फिक्शनवाला म्हणतो, स्वतंत्रपणे प्रत्येकाने जीवनाचा अर्थ शोधणे हा अर्क आहे.

फिक्शनवाला लिहिता लिहिता थांबतो, डोळे मिटतो आणि बाहेरचे व आतले सर्व पाहात अर्कावर ध्यान लावतो.

(१ एप्रिल २०१५)

पूर्वप्रसिद्धी

१. 'गंगाधर गाडगीळ पारितोषिक' स्वीकारल्यानंतरचे भाषण (प्रायोगिक लेखनासाठी दिला जाणारा पहिलाच पुरस्कार श्याम मनोहर यांना दिला गेला होता.) : 'प्रतिष्ठान', जुलै-ऑक्टोबर, १९९४.
२. इचलकरंजीच्या आपटे वाचन मंदिराचा पुरस्कार ('खूप लोक आहेत' या कादंबरीसाठी) स्वीकारल्यानंतरचे भाषण, २००३; प्रसिद्धी : 'प्रिय रसिक', सप्टेंबर, २००३.
३. 'सौ. द्वारकाबाई व राघवेन्द्रराव दिवाण पुरस्कार' ('खूप लोक आहेत' या कादंबरीसाठी) स्वीकारल्यावर केलेले भाषण, २००६; प्रसिद्धी : 'युगवाणी', जुलै-ऑगस्ट-सप्टेंबर, २००६.
४. 'विभावरी पाटील पुरस्कार' ('उत्सुकतेने मी झोपलो') स्वीकारतानाचे भाषण, २००७; : प्रसिद्धी : 'नवअनुष्टुभ', मार्च-एप्रिल, २०१०.
५. साहित्य अकादमी, दिल्लीचा पुरस्कार मिळाल्यानंतरच्या ('उत्सुकतेने मी झोपलो' या कादंबरीसाठी) 'गाठभेट' कार्यक्रमात केलेले भाषण, २००९; १८ फेब्रुवारी २००९.
६. 'लोकमत' जीवनगौरव पुरस्कार (समग्र साहित्यासाठी) स्वीकारल्यावर केलेले भाषण, १८.१२.२०१२; प्रसिद्धी : ३० डिसेंबर २०१२, 'लोकमत'.
७. महाराष्ट्र फाउंडेशनचा जीवनगौरव पुरस्कार स्वीकारल्यावर (समग्र साहित्यासाठी) केलेले भाषण, ६ जानेवारी २०१५; प्रसिद्धी : 'साधना' १७-२४ जानेवारी २०१५, 'आंदोलन' जाने-फेब्रु. २०१५.

८. केरळ साहित्य अकादमीच्या चर्चासत्रातील भाषण, १९९६; प्रसिद्धी : जानेवारी-फेब्रुवारी, १९९७.

९. डॉ. लागूंना विष्णुदास भावे पुरस्कार देण्याच्या निमित्ताने सांगलीत केलेले भाषण, ५ नोव्हेंबर १९९७.

१०. मराठवाडा साहित्य परिषदेच्या बहुभाषिक राष्ट्रीय चर्चासत्रात केलेले बीजभाषण, २३ सप्टेंबर २००६; प्रसिद्धी : अ) 'प्रतिष्ठान' मा-ए-मे-जून २००७; आ) 'वाचनवेध', संपादक : कौतिकराव ठाले पाटील, श्रीधर नांदेडकर; मराठवाडा साहित्य परिषद प्रकाशन, औरंगाबाद; २००८.

११. अ. भा. मराठी साहित्य महामंडळाच्या नागपूर येथील वर्धापन दिनानिमित्त केलेले भाषण, १६ मार्च १९९७.

१२. 'महाराष्ट्रातील साहित्य व्यवहार : ३० प्रश्न' : 'आविष्कार' मुंबई येथे केलेले भाषण; प्रसिद्धी : 'रुची', ऑक्टो-नोव्हें. २००८.

१३. अ. भा. मराठी साहित्य मंडळाने पुणे येथे केलेल्या सत्काराला उत्तर देताना केलेले भाषण, २१ जून २००९ ; प्रसिद्धी : 'आपले वाङ्मयवृत्त', जुलै, २००९.

१४. 'कथा, कादंबरी नाही, फिक्शन म्हणा...' : श्याम मनोहर यांची सुनील तांबेंनी घेतलेली मुलाखत; प्रसिद्धी : 'साधना', १७-२४ जानेवारी २०१५.

१५. 'दर्शन'च्या निर्मितीप्रक्रियेविषयी : 'महाराष्ट्र टाइम्स'च्या 'नांदी' या सदरात प्रथम प्रकाशन, १९९९; प्रसिद्धी : 'दर्शन', पॉप्युलर प्रकाशन, मुंबई; २००४.

१६. 'कथात्मसाहित्य : रंग, रूप, दर्जा' : प्रसिद्धी : 'साधना', दिवाळी अंक, २००८.

१७. ह्याची गोष्ट करता आली असती तर... : प्रसिद्धी : 'ललित', जानेवारी, २०११.

१८. मजेशीर शक्ती : प्रसिद्धी : 'प्रिय रसिक', जून, २०११.

१९. वसंत ऋतूत भारत : प्रसिद्धी : 'लोकसत्ता', लोकरंग पुरवणी, १७ एप्रिल २०११.

२०. भाषेचा आनंद : प्रसिद्धी : 'लोकराज्य', ऑक्टोबर, २०११.

२१. रुची आणि अभिरुची : प्रसिद्धी : 'काव्यदीप' प्रवेशांक, मे, २०१३.

२२. फिक्शन हीही ज्ञानशाखा आहे : प्रसिद्धी : 'लोकसत्ता', रविवारची पुरवणी, २१ डिसेंबर २०१४.

२३. मराठी 'अभिजात' झाल्याने काय होईल? : प्रसिद्धी : 'मी मराठी LIVE' दैनिकाची 'मायबोली' पुरवणी, शुक्रवार, २७ फेब्रुवारी २०१५.

२४. अर्क, १ एप्रिल २०१५; (अप्रकाशित).

श्याम मनोहर यांचे प्रकाशित साहित्य

कादंबरी

हे ईश्वरराव... हे पुरुषोत्तमराव... (१९८३)
शीतयुद्ध सदानंद (१९८७)
कळ (१९९६)
खूप लोक आहेत (२००२)
उत्सुकतेने मी झोपलो (२००६)
खेकसत म्हणणे, आय लव्ह यू (२०१०)
शंभर मी (२०१२)

नाटक

यकृत (१९८७)
हृदय (१९८५)
प्रेमाची गोष्ट ? (१९९८)
दर्शन (२००४)
सन्मानहौस (२०१०)

अनुवाद

हे ईश्वरराव... हे पुरुषोत्तमराव... (कन्नड)
शीतयुद्ध सदानंद (कन्नड)
यकृत (कन्नड, मल्याळम, तेलगू, तामीळ)
श्याम मनोहर कथेगळू (कन्नड)
बहुत लोग हैं (हिंदी)

9788171854189
FCW - #0164 - 061026 - C0 - 216/140/8 - PB - 9788171854189 - Matt Lamination